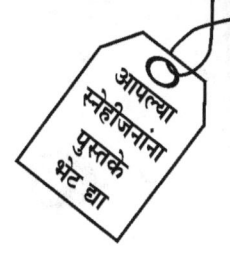

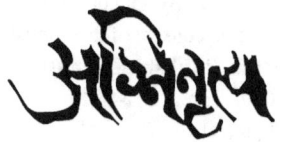

अग्निनृत्य

(शि.म. परांजपे यांच्या निवडक निबंधांचा संग्रह)

संपादक

वि. स. खांडेकर

मेहता पब्लिशिंग हाऊस

- *या पुस्तकातील लेखकाची मते, घटना, वर्णने ही त्या लेखकाची असून त्याच्याशी प्रकाशक सहमत असतीलच असे नाही.*

AGNINRUTYA Edited by V. S. KHANDEKAR

अग्निनृत्य : संपादक **वि.स. खांडेकर / लघुनिबंध-संग्रह**

© सुरक्षित

मराठी पुस्तक प्रकाशनाचे व मराठी E-book पब्लिशिंगचे हक्क,
मेहता पब्लिशिंग हाऊस, पुणे.

प्रकाशक : सुनील अनिल मेहता, मेहता पब्लिशिंग हाऊस,
१९४१, सदाशिव पेठ, माडीवाले कॉलनी, पुणे – ४११०३०.

मुखपृष्ठ : चंद्रमोहन कुलकर्णी

प्रथमावृत्ती : पहिली आवृत्ती : १९४७ / दुसरी आवृत्ती : १९५२
तिसरी आवृत्ती : जानेवारी, १९९७
पुनर्मुद्रण : मे, २०१४

ISBN 81-7161-656-9

✧✧✧✧✧✧✧

प्रास्ताविक

✧✧✧✧✧✧✧

शिवराम महादेव परांजपे हे नाव मी प्रथम वाचले, तेव्हा मी नऊ-दहा वर्षांचा असेन! नाटककार म्हणून या नावाची आणि माझी पहिली ओळख झाली. लायब्ररीतून दररोज नवे पुस्तक आणून चोवीस तासांत त्याचा फडशा पाडायचा छंद तेव्हा मला जडला होता! त्यातल्या त्यात नाटकावर माझी प्रीती अधिक होती. लायब्ररीतले एकूण एक नाटक आपण वाचले आहे, असा विक्रम करण्याच्या ईर्ष्येनेच की काय, त्या वेळी झाडून सर्व नाटके वाचण्याचा सपाटा मी सुरू केला होता. या मोहिमेत एके दिवशी शिवरामपंतांचे 'मानाजीराव' हे नाटक माझ्या हाताला लागले. त्यातले काही प्रसंग मला मोठे रोमांचकारक वाटले, पण एकंदरीत ते नाटक काही मला फारसे आवडले नाही. मानाजीराव हे शेक्सपिअरच्या मॅकबेथचे रूपांतर आहे. पण शेक्सपिअरपेक्षा माधवराव पाटणकर हे नावच त्या वेळी मला अधिक परिचित होते. एक लेखक एकदा वाचायला घेतला की, तो संपवून टाकायचा असा माझा शिरस्ता असल्यामुळे दुसरे दिवशी मी परांजप्यांचे दुसरे नाटक लायब्ररीत शोधू लागलो. 'भीमराव' हे पुस्तक माझ्या हाताला लागले. भीमराव हा मानाजीरावाचाच भाऊ असणार अशा कल्पनेने ते नाटक न वाचताच परत करावे अशा विचारात मी होतो. पण त्या नाटकात दरोडेखोराचा संबंध असल्यामुळे व बालमनाला आवडणाऱ्या त्यातल्या आणखी काही अद्भुत घटनांमुळे मी ते शेवटपर्यंत वाचू शकलो. देवलांची 'शारदा', कोल्हटकरांचे 'मूकनायक', खाडिलकरांची 'कांचनगडची मोहना' इत्यादी नाटकांनी मला त्या वेळी वेड लावले होते. माझ्या आवडत्या नाटकांशी मी या दोन्ही नाटकांची जेव्हा तुलना करून पाहिली तेव्हा ही फार फिक्की आहेत असे मला वाटू लागले. बर्फी खाल्ल्यावर सपक बत्ताशाची चव लागू नये, तसे काही तरी त्या वेळी मला झाले. शिवराम महादेव परांजपे हे गृहस्थ पहिल्या दर्जाचे लेखक नाहीत असे मनात निश्चित ठरवून मी त्यांचे नाव विसरून गेलो.

शिवरामपंतांच्या प्रतिभेचा स्वैर विलास ज्या 'काळ' पत्रातून झाला, ते त्या वेळी महाराष्ट्रात अत्यंत लोकप्रिय होते. पण सांगलीसारख्या संस्थानी अमलातल्या छोट्या गावात बालमनापर्यंत राजकारणाचे जे साद-पडसाद त्या काळात पोहोचत

असत, त्यावरून 'केसरी' व 'ज्ञानप्रकाश' हीच मराठीतली दोन प्रमुख पत्रे आहेत, असा त्याचा ग्रह होत असे. टिळकांना सहा वर्षांची काळ्या पाण्याची शिक्षा झाली, त्या दिवशी शाळेत न गेल्याबद्दल ज्या मुलांनी छड्या खाल्ल्या त्यांच्यात मी होतो. टिळक, बिपीनचंद्र पाल व लजपतराय या तीन मोठ्या पुढाऱ्यांचा लाल, बाल, पाल या नावांखाली दत्तासारखी तीन तोंडे असलेला जो एक छोटा फोटो त्या वेळी मिळत असे तोही मी गुपचूप पैदा करून माझ्या पुस्तकात ठेवला होता. 'वंदे मातरम्' हे शब्द उघडपणे म्हणण्याची त्या वेळी चोरी असल्यामुळे रस्त्याने जाताना कोपऱ्यावरला पोलीस आपल्याकडे पाहत नाही अशी खात्री करून घेऊन जोराने 'वंदे मातरम्' म्हणून ओरडावे आणि शेजारच्या गल्लीत झटकन पळून जावे असे देशभक्तीचे विचारही तेव्हा मधूनमधून माझ्या मनात येत असत. 'आट्यापाट्या, खो-खो गेले! लॉनटेनिस तेथे आले' वगैरे चरण असलेली मेळ्यातली पदेही त्या वेळी मला तोंडपाठ येत. परदेशी साखरेत गाईच्या हाडांची भुकटी मिसळलेली असते, म्हणून तिच्यावर बहिष्कार घालण्याची चळवळ त्या वेळी सर्वत्र जोरात सुरू होती. त्या चळवळीत यथाशक्ती भाग घेण्याचाही मी चार-दोनदा प्रयत्न केला. रात्री झोपताना उद्यापासून परदेशी साखर खायची नाही अशी प्रतिज्ञा मी मनातल्या मनात करीत असे. तब्बल आठ-दहा तास त्या प्रतिज्ञेचे पालन माझ्या हातून होई, पण सकाळी चहाची वेळ झाली, की माझे मन डळमळू लागे. चहा पिऊन झाल्यावर पश्चात्तापाने पुनीत झालेल्या मनाने उद्यापासून या मोहाला बळी पडायचे नाही असा पुन्हा निश्चय करीत असे. सांगलीतल्या वातावरणात माझ्या देशभक्तीची मजल यापेक्षा पलीकडे जाणे शक्य नसल्यामुळेच की काय त्या वेळी शिवरामपंतांचे 'काळा'तले लेखन कधीही वाचल्याचे मला आठवत नाही.

पुढे सहा वर्षांनी मी कॉलेजात गेलो. त्या वेळी मी कोल्हटकर आणि गडकरी यांचा परमभक्त झालो होतो. मासिक 'मनोरंजन' हे तेव्हा काव्यात्म आणि वाङ्मयप्रेमी विद्यार्थ्यांचे सर्वांत आवडते मासिक होते. काव्य आणि विनोद यांचे नवे नवे उन्मेष त्या वेळी 'मनोरंजना'तूनच प्रकट होत असत. ज्याला ललित वाङ्मय वाचायचे आहे त्याने 'मनोरंजन' वाचावे. ज्याला राजकारणाची, महायुद्धाची, अगर तसल्याच रूक्ष विषयांची थोडी-फार जाडजूड चर्चा हवी असेल, त्याने 'चित्रमय जगत'कडे वळावे अशीच जणू काही त्या वेळी आम्हा तरुण वाचकांची विभागणी झाली होती. 'मनोरंजन' हे सामाजिक सुधारणेचा पुरस्कार करणारे पण राजकीयदृष्ट्या मवाळ असे मासिक होते. उलट, 'चित्रमय जगत' हे जहाल पक्षांच्या राजकारणाचा पुरस्कार करणारे, टिळकांच्या प्रमुख सहकाऱ्यांच्या लेखांनी सजविलेले आणि सामाजिक सुधारणेविषयी उदासीन, किंबहुना किंचित विरोधीच वाटणारे असे मासिक होते. त्यामुळे मी वाचनाच्या बाबतीत स्वभावत: अधाशी असूनही 'चित्रमय

जगत'कडे थोडे-फार दुर्लक्षच करीत असे. पण 'चित्रमय जगत'चा अंक दर महिन्याला नियमितपणे पाहिला पाहिजे असे पुढे पुढे मला वाटू लागले. माझ्या दृष्टीने त्याच्यात एक नवीनच आकर्षण उत्पन्न झाले होते. ते आकर्षण म्हणजे शिवरामपंतांचे लेखन हे होय. त्यातले त्यांचे लेख वाचताना माझ्या काव्यलोलुप मनाला जो आनंद झाला तो अवर्णनीय होता. 'भासाची भवितव्यता', 'मदनदहन', 'मनाची मीमांसा' इत्यादी त्यांच्या त्या वेळच्या लेखांतले काही भाग मला अजूनही फार सरस वाटतात. शंकराने मदनाला जाळल्यावर पृथ्वीतलावर जे फरक घडून आले त्यांचे वर्णन शिवरामपंतांनी असे केले आहे :

'नवीन जुळत असलेली लग्ने मोडू लागली. जुनी झालेली लग्नेच टिकण्याची जेथे मारामार झाली, तेथे नवीन लग्ने कोठून जुळून येणार? जी गुप्त गांधर्व विवाहाची जोडपी एका क्षणापूर्वी एकमेकांच्या हातांच्या बोटांत प्रेमाच्या आंगठ्या घालण्याला उत्सुक झाली होती, ती आता एकमेकांकडे पाठ करून उभी राहिली. प्रियकरांची अर्धी काढून झालेली चित्रे तशीच अर्धवट पडून राहिली व लिहून पुरी झालेली पत्रेही दूतींच्या हाती देण्यात आली नाहीत! विरहिणींची उत्सुकता उतरून गेली. जी कलहांतरिता रुसून बसली होती, ती तशीच रुसून बसली. तिला समजावण्याकरिता येतो आहे कोण? वासकसज्जांनी आपल्या अंगांवरचे अलंकार जड झाल्यामुळे काढून टाकले. अभिसारिकांनी अभिसरणाचे बेत बंद केले. मुग्धा, मध्यमा व प्रौढा यांच्यातील भेदांमधील गोडी नाहीशी झाली. पुष्पहार शुष्क होत चालले. सुगंधी अत्तरातील सुवास उडून गेला. विडे वाळून गेले. शरीरप्रसाधनाच्या सर्व क्रिया संपुष्टात आल्या. वेलींनी वृक्षांना घातलेले विळखे ढिले पडले. चक्रवाक आणि चक्रवाकी यांचा रात्री विरह झाला तरी त्यांचा नेहमीचा तो आक्रोश सुरू होईना. मयूर आणि मयूरी यांच्या नृत्यांतील ताल जमेनासा झाला. उत्सुकता नाहीशी झाली. विलास विलयाला गेला. प्रेमरसाचा समुद्र आटून गेला.'

विद्यार्थिदशेत हा परिच्छेद वाचल्याबरोबर मला कोल्हटकर व गडकरी यांच्या साम्य-विरोध सहज शोधून काढणाऱ्या कल्पकतेची आणि तिच्या बळावर काव्य-विनोद फुलविणाऱ्या प्रतिभेची आठवण झाल्यावाचून राहिली नाही. शिवरामपंत फार मोठे गद्यकवी आहेत अशी त्या वेळी माझी खात्री होऊन चुकली. पुढे त्यांची 'गोविंदाची गोष्ट' आणि 'विध्यांचल' या कादंबऱ्या मी मोठ्या उत्सुकतेने वाचल्या. हरिभाऊ आपट्यांची 'पण लक्षात कोण घेतो?' आणि वामनराव जोश्यांची 'रागिणी' यांच्यावर लुब्ध असलेल्या माझ्या मनाला या कादंबऱ्यांतल्या कथावस्तूंनी विशेष चटका लावला नाही. त्यांच्या गुंफणीत जातिवंत कथाकाराचे कौशल्य नाही ही गोष्टही त्या वेळी मला अंधूकपणे जाणवली. पण कादंबऱ्यांतले दोन विशेष मात्र माझ्या मनावर संस्कार करून गेले. ते म्हणजे कथेतही दिसून येणारा शिवरामपंतांच्या

कल्पकतेचा स्वच्छंद विलास आणि पानापानांतून व्यक्त होणारी त्यांची उत्कट स्वातंत्र्यभक्ती.

२

या दोन विशेषांनी मोहून गेलेल्या माझ्या मनाला शिवरामंतांचे 'काळातले निवडक लेख' वाचण्याची तीव्र इच्छा उत्पन्न झाली नसती तरच नवल! पण ते सारे वाङ्मय जप्त झालेले होते. प्रयत्न करूनही मला ते कुठे वाचायला मिळाले नाही. मात्र त्या वेळी राहून राहून माझ्या मनात एक कल्पना येई. मला वाटे, जुन्या बाजारातले गळाठे शोधताना किंवा पुण्याच्याच पिढीजात रहिवासी असलेल्या एखाद्या मित्राच्या घरी जुनेपाने ग्रंथ धुंडाळताना शिवरामपंतांचा हा गुप्त जामदारखाना कधीतरी आपल्या हाती लागेल. चोरांनी गुहेत लपवून ठेवलेल्या अफाट संपत्तीचा पत्ता रानात गाढवे चरायला घेऊन गेलेल्या अलीबाबाला जसा लागला तशी शिवरामपंतांची वाङ्मयीन रत्ने अचानक एक दिवस आपल्या पदरात पडतील! पन्नाशी उलटलेल्या माणसांच्या शिळोप्याच्या गप्पांत शिवरामपंतांच्या गाजलेल्या लेखांचा अनेकदा उल्लेख होई. अशा वेळी 'दिल्लीचे तख्त आणि भाऊसाहेबांचा घण', 'कानपूरची विहीर', 'शिवाजीचे पुण्याहवाचन', 'एका खडी फोडणाराची गोष्ट', 'विषासाठी कंठशोष' इत्यादी नावे कानांवर पडली म्हणजे माझे मन बेचैन होऊन जाई. त्या प्रत्येक लेखात काय सौंदर्य भरले असेल आणि हृदय हलविण्याची कला त्यात कशी आविष्कृत झाली असेल याचा मी मनाशी उगीचच विचार करीत राही. प्रौढ पिढीतल्या लोकांच्या त्या भाग्याचा मला हेवा वाटू लागे. कुणीतरी मनुष्याने स्वर्गात फेरफटका करून पृथ्वीतलावर परत यावे आणि तिथला कल्पवृक्ष असा सुंदर आहे, उर्वशीचे नृत्य कसे मोहक आहे, नंदनवनातली पारिजातपुष्पांची शय्या इतकी कोमल आहे इत्यादी गोष्टी मिटक्या मारीत सांगाव्यात, पण त्या गोष्टी ऐकणाऱ्या पृथ्वीवरल्या मनुष्याला स्वर्गाला पोहोचणारी शिडी आसपास कुठेच दिसू नये तशी माझी स्थिती होई त्या वेळी! खाडिलकरांचे 'कीचकवध' नाटक, शिवरामपंतांच्या लेखनसंग्रहाप्रमाणेच, सरकारच्या रोषाला बळी पडले होते. पण 'भाऊबंदकी', 'सत्त्वपरीक्षा', 'विद्याहरण', वगैरे त्यांची इतर नाटके आम्ही रंगभूमीवर पाहू शकत होतो. त्या नाटकांतून होणारे राष्ट्रीय भावनांचे परिपोषण, पौराणिक आवरणाखाली त्या वेळच्या परिस्थितीवर विदारक प्रकाश टाकणारे त्यातले उग्र, पण उदात्त तत्त्वज्ञान आणि त्यात प्रकट झालेली कल्पकता खाडिलकरांहून अधिक तरल आणि पल्लेदार होती. लोकांच्या भावनांना आवाहन करण्याचे त्यांचे सामर्थ्य लोकविलक्षण होते, असे वारंवार ऐकूनही त्यांच्या 'काळा'तल्या उत्कृष्ट निबंधांपैकी एकही मला कधी वाचायला मिळाला नाही. या अतृप्तीमुळे माझ्या वाङ्मयप्रेमी मनाला एक विचित्र प्रकारचे असमाधान नेहमी वाटे. मोहरांनी भरलेला हंडा आपल्या घरात

कुठेतरी पुरून ठेवला आहे, एवढे नक्की ठाऊक असावे आणि शोधशोधूनही मालकाला त्याचा पत्ता लागू नये, तशी महाराष्ट्राच्या तरुण पिढीची शिवरामपंतांच्या 'काळा'तल्या निबंधांच्या बाबतीत तीन तपे स्थिती झाली होती.

तीन-चार वर्षांपूर्वी हैद्राबाद संस्थानात या पुस्तकांचे भाग मिळण्यासारखे आहेत असे मला कळले. मोठ्या उत्सुकतेने ते पैदा करण्याची मी व्यवस्था केली. माझ्या हातात पुस्तके आली, ती जवळजवळ म्हातारी झालेलीच! एक-दोन भागांची शेवटची काही पाने हरवली होती. काही काही भागांतल्या कागदांचा रंग पिवळसर होत चालला होता आणि मधली पाने केवळ वार्धक्यामुळे सुरकुतली होती. अशा स्थितीत ती पुस्तके हातांत पडली. पण त्यानंतरचे चार-पाच दिवस मी कसे घालविले, ते माझे मला सांगता येणार नाही. माझ्या दृष्टीने कालचक्राची गती थांबली होती. मी निबंधामागून निबंध वाचीत होतो. अंधारात जशी वीज लखकन चमकावी, तशी कुठलाही विषय फुलविताना प्रकट होणारी शिवरामपंतांची कल्पकता, गनिमी काव्याने शत्रूला जेर करण्याचे मराठ्यांचे युद्धतंत्र वाङ्मयात तितक्याच कुशलतेने वापरता येते हे सिद्ध करणारा त्यांचा दाहक उपरोध, एखाद्या कारंज्यातून उडणाऱ्या जलधारांप्रमाणे त्यांच्या लेखनातून उचंबळून येणारे स्वातंत्र्यप्रेम, इत्यादी गोष्टींनी मी इतका मुग्ध होऊन गेलो, की सांगून सोय नाही. १९२९ साली शिवरामपंतांच्या मृत्यूनंतर अच्युतराव कोल्हटकरांनी त्यांच्याविषयी जे उद्गार काढले होते, त्यांचे स्वारस्य तेव्हा कुठे मला समजले. त्या मृत्युलेखात अच्युतरावांनी लिहिले होते :

'शिवरामपंत ही एक व्यक्ती नव्हती. शिवरामपंत ही स्फूर्ती होती. शिवरामपंत ही शक्ती होती. शिवरामपंत ही चेतना होती. शिवरामपंत ही विचारांची सुवर्णखाणी होती. शिवरामपंतांची मोठी मर्दुमकी म्हणजे सर्व महाराष्ट्रभर त्यांनी उत्पन्न केलेली स्वातंत्र्याची प्रीती होय! शिवरामपंतांपूर्वी राजकारण सत्तेशी संगनमत करणारे होते. शिवरामपंतांच्या पूर्वी स्वातंत्र्य हा शब्द महाराष्ट्राला नवखा होता. जे निर्भेळ आणि निर्मिश्र असेल तेच खरे स्वातंत्र्य! स्वातंत्र्याची कल्पना प्रथम शिवरामपंतांनी पुढे मांडली. त्यांनी सर्व लोकांची अंतःकरणे या स्वातंत्र्याकडे वळविली. स्वातंत्र्याचा जप त्यांनी प्रत्येकाच्या हृदयास शिकवला. प्रत्येकाच्या रसनेस त्यांनी स्वातंत्र्याची चटक लावली. त्यापुढे सोमळ, कोमट, अर्धेमुर्धे व हिणकस स्वातंत्र्य लोकांना नकोसे करून टाकले आणि हे कार्य करण्यास त्यांनी आपल्या सर्व शक्ती उपयोगात आणल्या. त्यांचे वक्तृत्व अपूर्व होते. त्यांचे भाषा-प्रभुत्व लोकोत्तर होते. त्यांचे वक्रोक्तिलेखन बिनतोडीचे होते. व्याजोक्तीच्या विनोदात त्यांचा हात धरणारा कुणी नव्हताच! या व्याजोक्तीवर रकानेच्या रकाने त्यांनी एका टाकाने लिहिले. या व्याजोक्तीच्या बळावर दोन-दोन, तीन-तीन तास अस्खलित वक्तृत्व त्यांनी चालविले.

त्या वेळी मोहिनी पडल्याप्रमाणे लोक स्तब्ध होत. एक टाचणी पडली, तरी ती ऐकू येई! तरुण बेभान होत. त्यांची डोकी भणाणून जात! विचारांच्या काहुरात राष्ट्रासाठी वाटेल तो विचार करायला माणसे तयार होत. शिवरामपंतांच्या जवळ लेखणीप्रमाणे कृती असती तर मॅझिनी, डी व्हॅलेरा किंवा महेंद्र प्रताप यांच्या मालिकेत त्यांचे नाव पडले असते. त्यांच्याजवळ कृतीप्रमाणे शक्ती किंवा युक्ती असती तर लेनिन, जॉर्ज वॉशिंग्टन किंवा केमाल पाशा यांचे यश ते मिळवू शकले असते, पण त्यांची गती लेखणीजवळच थांबली. मात्र या लेखणीची बहादुरी इतकी जाज्वल्य आहे, की ती कोणत्याही काळात जॉर्ज वॉशिंग्टन उत्पन्न करील, केमाल पाशाला जन्म देईल, हिंदुस्थानात लेनिन उत्पन्न करून, त्याचे मस्तकावर स्वातंत्र्याचा मुकुट चढवील.'

३

'काळा'तील निवडक निबंधांचे सर्व संग्रह आता उपलब्ध झाले आहेत. आजच्या दृष्टीने ते वाचणाऱ्या अनेक लोकांना अच्युतरावांचे हे वर्णन अतिरंजित वाटण्याचा संभव आहे, पण त्यांनी एक गोष्ट अवश्यमेव लक्षात ठेवली पाहिजे. काही काही वेळा कालचक्र अतिशय वेगाने फिरत राहते. त्यामुळे आपल्याला पूर्वीच्या काळाची आणि त्यातल्या कर्तृत्वाची यथार्थ कल्पना करणे कठीण होऊन बसते. शिवरामपंतांच्या प्रतिभेचे योग्य मूल्यमापन व्हायला १८९८ ते १९०८ या दशकातली महाराष्ट्रातली, किंबहुना हिंदुस्थानातली राजकीय परिस्थिती संपूर्णपणे लक्षात घ्यायला हवी. त्या वेळी काँग्रेसची अधिवेशने भरत होती; नाही असे नाही! पण त्या अधिवेशनांतून सरकारच्या निषेध-विरोधापेक्षा त्याच्याकडे पाठवायच्या अर्ज-विनंत्यांचेच ठराव अधिक प्रमाणात पास केले जात होते. घराचा कब्जा बळकावणाऱ्या हडेलहप्प्याचा हात धरून, त्याला घराबाहेर हाकलून देण्याचे सामर्थ्य नसले म्हणजे दुबळा घरमालक त्याचे पाय धरून ओसरीवरल्या कोपऱ्यात पथारी टाकून झोपण्याची परवानगी जशी त्याच्याकडून मिळवितो, तशी राष्ट्रीय सभेची त्या काळातली राजकीय चळवळ होती. जनता जागृत झाली नव्हती. एकीकडे टिळकांसारख्या निर्भय देशभक्तावर स्पष्टोक्तीबद्दल राजद्रोहाचे खटले भरून त्यांना सक्तमजुरीची शिक्षा ठोठावली जात होती तर दुसरीकडे मोठमोठे पुढारी प्रामाणिकपणाने असो वा मुत्सद्दीपणाने असो, इंग्रजी राज्य हा या देशाला मिळालेला एक प्रकारचा वर आहे असे उद्गार काढीत होते. सुशिक्षित समाजसुद्धा स्वप्नाळू बनला होता. आपल्या पायांतल्या गुलामगिरीच्या शृंखला हे मोठे सुंदर अलंकार आहेत असा त्याला भास होत होता. जो तो आपल्या पायांपुरते पाहत होता. पुढारलेला पांढरपेशा वर्ग मुन्सफ-मामलेदार होण्याचे मनोराज्य करण्यात आणि मुलाला इंग्लंडला पाठविले किंवा मुलगी आय.सी.एस.ला दिली म्हणजे

घोडे गंगेला न्हाले असे मानण्यात दंग होऊन गेला होता. साऱ्या समाजपुरुषाला जणू काही कुंभकर्णाची झोप लागली होती. त्याला पारतंत्र्याची शल्ये टोचत नव्हती. गुलामगिरीच्या पोटी येणारे भेसूर भवितव्य भेडसावीत नव्हते. त्याला भूतकाळ दिसत नव्हता. भविष्यकाळ पाहण्याची इच्छा नव्हती! वर्तमानात - अगदी संकुचित अशा जीवनाच्या तुकड्यात आणि चतकोर भाकरीच्या विवंचनेत किंवा आनंदात - जो तो गढून गेला होता. इंग्रजी राज्यातल्या वरपांगी सुव्यवस्थेने सर्वांचे डोळे दिपून गेले होते. परकीय सत्तेचे हे सोज्ज्वळ स्वरूप म्हणजे साम्राज्यरूपी मायावी राक्षसाने धारण केलेला कांचनमृगाचा अवतार आहे याची जाणीव बहुतेकांना नव्हती.

चिपळूणकर, आगरकर आणि टिळक यांनी महाराष्ट्राची ही घोर निद्रा नाहीशी करण्याचा शिकस्तीचा प्रयत्न एकोणिसाव्या शतकाच्या शेवटच्या चरणात केला. तो थोडा-फार यशस्वीही झाला. पण १८९८ साली शिवरामपंतांनी 'काळ' सुरू केला, तेव्हा टिळक व गोखले हे दोघेही धुरंधर नेते आपापल्या प्रवृत्तीप्रमाणे राजकारणाच्या आखाड्यात उतरले असले आणि काही झाले तरी जुलूम सोसायचा नाही, त्याचा बदला घेतल्याशिवाय राहायचे नाही, या तीव्र, पण एकांगी भावनेने वागणारी चाफेकर बंधूंच्यासारखी माणसे मधूनमधून प्रकट होत असली तरी सुशिक्षित समाज अद्यापिही आपल्या गळ्यातील गुलामगिरीच्या दाव्यालाच पुष्पहार समजून वागत आहे, हे कटू सत्य त्यांच्या लक्षात आल्यावाचून राहिले नाही. टिळक स्वभावाने वीरवृत्तीचे होते. पण ते नुसते वीर नव्हते. वीरत्वाला विवेकाची जोड मिळाली म्हणजे जो प्रभावी मुत्सद्दीपणा निर्माण होतो त्याचे महाराष्ट्रातले त्या वेळचे ते प्रतिनिधी होते. त्यामुळे इंग्रजांकडून गोडीगुलाबीने राजकीय हक्क मिळविण्याच्या मवाळ पुढाऱ्यांच्या मार्गावर जसा त्यांचा विश्वास नव्हता, तशी अविचारी भावनांतून निर्माण होणाऱ्या साहसी अत्याचारांच्या कृत्यांवरही त्यांची श्रद्धा नव्हती. टिळक नेहमी सडेतोडपणाने लिहीत. राज्यकर्त्यांशी रोखठोक व्यवहार करायचा हा त्यांचा बाणा होता. सरकारच्या प्रत्येक अन्यायावर झगझगीत प्रकाश पाडून, त्यांचे हिडीस स्वरूप ते नेहमी उघडे करून दाखवीत. वेळ आली तेव्हा 'सरकारचे डोके ठिकाणावर आहे काय?' असा निर्भीड सवाल करायला ते कचरले नाहीत. पण निर्भयता आणि ओजस्वीपणा हे गुण अंगी असूनही टिळकांच्या लेखांमध्ये भावनेपेक्षा बुद्धीलाच अधिक आवाहन असे. त्यांना भूतकालाचा जसा अभिमान होता, तशी वर्तमानकालाच्या मर्यादांची जाणीवही होती. बुद्धिप्रधान मध्यमवर्गाला जागृत व संघटित करण्याच्या दृष्टीने त्यांचे लेखन अतिशय प्रभावी ठरले. पण सर्वसामान्य जनता टिळकांचा 'केसरी' आवडीने वाचीत अथवा ऐकत असली तरी अज्ञानाने, दारिद्र्याने आणि गुलामगिरीने गारठून गेलेले तिचे अंतःकरण पेटविण्याचे कार्य त्या

लेखांद्वारे होणे शक्य नव्हते. त्याकरिता निराळ्या चटकदार आणि भावनाप्रधान लिखाणाची जरुरी होती. बहुजन-समाजाच्या मनात राजकीय गुलामगिरीविषयी विलक्षण चीड निर्माण व्हायला त्याला त्याच्या उज्ज्वल भूतकालाची आठवण करून द्यावी लागते. त्याच्या दुबळेपणाला रेशमी चिमटे घ्यावे लागतात, त्याच्यावर पदोपदी होणाऱ्या जुलमाचे चित्र भडक रंगांनी रंगवून त्याच्या डोळ्यांपुढे नाचत ठेवावे लागते. हे काम विचारापेक्षा भावनेला आणि बुद्धीपेक्षा कल्पनेला अधिक सुलभतेने साधते. प्रतिभेच्या व स्वभावाच्या वैशिष्ट्यामुळे शिवरामपंतांनी या कामी अलौकिक यश मिळविले. अशा लेखनाला आवश्यक असणाऱ्या सर्व शक्तींचा त्यांच्यामध्ये संगम झाला होता. ते गाढे संस्कृत पंडित असले, तरी त्यांची वृत्ती सहज भावनावश होणाऱ्या कवीची होती. काव्यवृत्ती प्रबळ असलेली माणसे बहुधा एकेका विषयात रंगून जाऊन भान विसरतात आणि आपल्या या उत्कट तन्मयतेने इतरांना त्या विषयाशी समरस करतात. बालकवी किंवा वर्डस्वर्थ यांचे निसर्गप्रेम इतके मोठे होते, की सृष्टीला सखी मानून ते तिच्याशी हसत आणि खेळत. तिला गुरू मानून ते तिच्या पायांपाशी जीवनाचे धडे घेत. मातृभूमी ही शिवरामपंतांच्या दृष्टीने अशीच चालतीबोलती मूर्ती होती. तिचे दुःख, तिचे दारिद्र्य, तिची गुलामगिरी, तिचे गतवैभव इत्यादिकांपैकी कुठलीही गोष्ट त्यांच्या प्रतिभेला चालना द्यायला पुरी होई. त्यामुळे 'काळ' पत्रातल्या दहा वर्षांतल्या त्यांच्या सर्व निबंधांतून एकच रस अखंड वाहत राहिला. त्या रसाची उत्कटता मराठी वाङ्मयात केवळ अपूर्व होती. पोवाडे आणि बखरी यांच्यातून पूर्वकाळी प्रकट झालेल्या त्या रसाला शिवरामपंतांनी कालमानाप्रमाणे नवे रूप दिले आणि त्याचे पाट आपल्या लेखालेखांतून सतत दहा वर्षे खेळविले. त्या रसाचे नाव देशभक्ती.

४

शिवरामपंतांचा काळ या रसाच्या आविष्काराला अनुकूल असाच होता. इंग्रजी राज्याची पहिली मोहिनी हळूहळू ओसरू लागली होती. विचारवंतांना त्या मोहक पारतंत्र्याचे दाहक स्वरूप कळू लागले होते. ही गुलामगिरीची जाणीव महाराष्ट्रात निर्माण होताच साहजिकच त्याचे लक्ष आपल्या उज्ज्वल भूतकाळाकडे वळले. त्याला आपल्या पूर्व पराक्रमाची आठवण झाली. अडीचशे वर्षांपूर्वी प्रबल मुसलमान सत्तेशी टक्कर घेऊन स्वराज्य स्थापन करणाऱ्या शिवछत्रपतींची स्मृती त्याला स्फूर्ती देऊ लागली. त्या महापुरुषाच्या राजगडच्या समाधीचा जीर्णोद्धार झाला. महाराष्ट्रात घरोघरी शिवाजीउत्सव सुरू झाले. याच काळात हरिभाऊंच्या कादंबऱ्यांतून, खाडिलकरांच्या नाटकांतून, गोविंद, विनायक आणि सावरकर यांच्या काव्यातून भूतकाळातल्या पराक्रमाचे पोवाडे गायिले जायला सुरुवात झाली. स्वातंत्र्याच्या या

भावनेने भारलेल्या विनायकासारख्या कवीला सर्कशीतल्या पिंजऱ्यात कोंडलेला सिंह पाहूनसुद्धा पारतंत्र्यात खितपत पडलेल्या आपल्या अभागी देशाची आठवण होऊ लागली.

शिवरामपंतांच्या लेखांची पार्श्वभूमी अशी होती. देशभक्ती हा त्यांच्या प्रतिभेचा एकमेव आवडता रस होता. त्या प्रतिभेचे सामर्थ्य एवढे जबरदस्त होते की, इतरांनी ललित वाङ्मयाच्या आधाराने करून दाखविलेले चमत्कार शिवरामपंतांनी ज्यात काव्याला किंवा भावनेला फारशी जागा नाही, असे मानण्याचा परंपरागत संकेत होता, त्या निबंधासारख्या वाङ्मयप्रकाराच्या साहाय्याने लीलेने केले. काव्य, नाटक, कादंबरी, इत्यादिकांचे लेखन, ललित लेखकाला आपल्या लहरीप्रमाणे करता येते. शिवरामपंतांना ही सवलत कधीच मिळाली नाही. दर आठवड्याला त्यांच्या प्रतिभेला हजारो वाचकांसमोर येऊन हजिरी द्यावी लागे. पण त्यांची कल्पकता इतकी लोकोत्तर होती, की साध्या विषयातूनही ती आपल्याला इष्ट असलेल्या गोष्टीचे अत्यंत परिणामकारक प्रतिपादन करी. त्यांचा आवडता रस वर्तमानपत्राच्या मोजक्या रकान्यांत अचूक प्रकट होई. रामजयंतीसारखा साधा विषय घेतला तरी प्रत्येक शब्द कौशल्याने वापरून त्यातूनही ते अचूक पारतंत्र्याचे जू मानेवरून फेकून देण्याची आपली शिकवण कशी देत असत हे पाहण्याजोगे आहे. त्या लेखात ते म्हणतात :

‘श्रीरामचंद्रांची सर्वच कृत्ये लोकोत्तर होती; परंतु त्यातल्या त्यात त्याने रावणाला मारले हे कृत्य अतिशय लोकोत्तर होते. सत्यभाषण करणारे आणि एकपत्नी व्रताने चालणारे लोक जगात थोडे आहेत असे नाही. पण त्या लोकांच्या या गुणाबद्दल कुणी त्यांच्या जयंत्या केल्या नाहीत किंवा त्यांना कुणी देव मानले नाही. रामाच्या वेळेपासून आतापर्यंत जो त्याचा जयघोष चालला आहे तो रामाने बापाची आज्ञा पाळली किंवा राम एकपत्नीव्रतधारी होता म्हणून नव्हे; तर त्याने रावणासारख्या बलाढ्य, पण दुष्ट राजाला मारले म्हणून! राम हा Tyrant-killer म्हणजे जुलमी राजाला मारणारा होता. त्याच्या याच कृत्याने त्याची कीर्ती अजरामर झाली आहे आणि त्याची मूर्ती देव्हाऱ्यामध्ये जाऊन बसली आहे. जो कोणी Tyrant-killer आहे त्याला सर्व काळी सर्व देशांतील लोक देवाप्रमाणे मान देत आले आहेत व तीच स्थिती रामासंबंधाने आहे.’

अन्याय, जुलूम, गुलामगिरी, पारतंत्र्य इत्यादिकासंबंधाने समाजाच्या मनात चीड उत्पन्न करण्याची त्यांची ही पद्धत सर्वत्र दिसून येते. कल्पनेला भावनेची जोड देऊन वाचकांचे मन अंकित करण्याचे त्यांचे चातुर्य तर केवळ अनुपम आहे. ‘कानपूरची विहीर’ या निबंधात ते लिहितात :

‘या विहिरीत टाकलेली, कत्तल केलेल्या युरोपियनांची प्रेते अजूनपर्यंत जशीच्या

तशी नसतीलच! तेव्हा ती तिथे दिसणार नाहीत हे उघडच आहे; परंतु पाहणाराला त्या विहिरीत आपला हिंदुस्थान देश दिसेल. सगळे उत्तर हिंदुस्थान एका हेतूने एकत्र गोळा झालेले त्या विहिरीच्या लहानशा जागेत त्याच्या नजरेस पडेल. हिंदुस्थानात जागृत असलेल्या धर्माभिमानाचा प्रकाश त्या विहिरीच्या तळाजवळील अंधकारामध्येही त्याला दृग्गोचर होईल. तेथे त्या विहिरीच्या आकुंचित परिघातील विस्तीर्ण मैदानावर नानासाहेब आणि लक्ष्मीबाई ही जोडी आपले घोडे भरधाव फेकीत असताना दृष्टीस पडेल. तात्या टोपे आपल्या अव्यवस्थित सैन्याला व्यवस्थितपणाने उभे करीत असलेला त्याला तेथे आढळेल. लुटलेली गंगाजळी, तुटलेले तारायंत्र आणि फुटलेली डोकीही त्याला त्यामध्ये दिसतील. त्याची आशा आणि निराशाही त्याला त्या विहिरीमध्ये दिसतील. वद्य चतुर्दशीच्या चंद्राप्रमाणे अंधूक तेजाचा हिंदुस्थानचा भाग्योत्कर्ष उगवता उगवताच मावळलेला त्याला त्या विहिरीमध्ये दिसेल.'

साप्ताहिकाच्या संपादकाला दर आठवड्याला आपल्या भोवतालच्या घडामोडींतून आपल्या लेखाचा विषय निवडून काढावा लागतो. त्या त्या वेळी तो विषय वाचकांच्या दृष्टीने ताजा असतो. पण आजची ताजी फुले जशी उद्या सुकून निर्माल्य होऊन जातात, तशी या विषयांची पुढे गत होते. शिवरामपंतांच्या निबंधांचे बहुतेक विषय आता जुने झाले आहेत. हिंदुस्थानला राजकीय गुलामगिरीत डांबून ठेवणाऱ्या ज्या परक्या सरकारवर त्यांनी अविरत शरसंधान केले त्याची सत्ता संपुष्टात आली आहे. आजचे वर्तमानपत्र हा उद्याचा इतिहास असतो, या न्यायाने त्यांचे निबंधवाङ्मय आता ऐतिहासिक झाले आहे. पण बकुळीची फुले कितीही सुकली, बाह्यत: काळवंडली तरी त्यांचा सुगंध जसा नाहीसा होत नाही तशी त्यांच्या लेखनाची गोडी आहे. देशभक्तीच्या रसाने उत्फुल्ल झालेली आणि कल्पनेच्या सौंदर्याने नटलेली त्यांच्या निबंधांतील अनेक मनोहर स्थळे महाराष्ट्रात पिढ्यान् पिढ्या लोकांना आनंद देत राहतील, त्यांचे उद्बोधन करतील.

५

शिवरामपंतांच्या निबंधांतल्या उत्कट स्वातंत्र्यप्रेमाने महाराष्ट्रातल्या मध्यम वर्गाच्या मनावर साचलेली गुलामगिरीची राख उडवून आतला स्फुलिंग फुलविला. त्यांच्या लेखनामुळे ज्या मनात पूर्वी नुसते कोळसे दिसत होते, तिथे पेटू लागलेल्या निखाऱ्याच्या ठिणग्या चमकू लागल्या. त्याच्या या प्रतिभासामर्थ्याचा आत्मा कल्पकता हा आहे. मराठी वाङ्मयात ज्यांना कल्पकतेचे देणे विशेष प्रमाणात लाभले अशा मुक्तेश्वर किंवा गडकरी यांच्यासारख्या कवींच्या पंक्तीतच शिवरामपंतांचे स्थान आहे. देशभक्तीखेरीज दुसऱ्या कुठल्याही भावनेचा उत्कट परिपोष त्यांच्या वाङ्मयात सहसा आढळत नाही हे खरे. त्या दृष्टीने त्यांचे कविमन एककल्ली होते असे

म्हणता येईल. पण कल्पकतेची रम्य, रौद्र, भव्य, भीषण, करुण, उदात्त अशी विविध स्वरूपे त्यांच्या निबंधांत इतक्या विपुलतेने आढळतात, की त्यांची श्रेष्ठ कवींच्या मालिकेत गणना न करणे केवळ अरसिकपणाचे ठरेल. 'प्रार्थना' हा त्यांचा एक उपरोधपर निबंध आहे. स्वार्थासाठी माणसे मारणारे मुत्सद्दी परमेश्वराला आपापल्या सत्पक्षाला साहाय्य करण्याविषयी जी विनंती करीत असतात, तिचे विडंबन या लेखात आहे. पण असल्या निबंधाचा प्रारंभसुद्धा शिवरामपंतांनी किती काव्यमय रीतीने केला आहे ते पाहण्यासारखे आहे.

'नुकतीच एक अतिशय महत्त्वाची सभा भरली होती. या सभेच्या अधिवेशनासाठी आकाशरूपी भव्य मंडपाची योजना करण्यात आली होती. चारी बाजूंनी इंद्रधनुष्याच्या कमानी लावल्या असल्यामुळे त्या मंडपाला अतिशय शोभा आली होती. आकाशातून उडत असताना मध्येच थकल्यामुळे विश्रांती घेण्याकरिता काळ्याभोर ढगांवर बसलेल्या पक्ष्यांनी त्यांच्यावर चंचुप्रहार केल्यामुळे त्यांच्यामधून कारंज्यांसारख्या ज्या सहस्रावधी धारा मोठ्या सोसाट्याने उंच उडत होत्या, त्यांच्या योगाने त्या मंडपाच्या सभोवतालचा प्रदेश अतिशय थंडगार झाला होता. त्या मंडपाच्या सभोवार व मधूनमधून नक्षत्ररूपी मोत्यांच्या झालरी लटकावून दिल्या असल्यामुळे त्याला विशेषच प्रेक्षणीयता प्राप्त झालेली होती. विजेच्या प्रकाशाने तो सर्व मंडप प्रज्वलित केलेला होता. अत्यंत मृदू अशा पांढऱ्या ढगांच्या गाद्या सर्व सभामंडपभर पसरलेल्या होत्या. मध्यभागी गारांच्या लहान लहान तुकड्यांनी एक उंच सिंहासन बनविलेले होते. त्याच्यावर विजेचे तेज प्रतिबिंबित झाले असल्यामुळे ते सिंहासन मोठमोठ्या हिऱ्यांचेच केले आहे की काय असा भास होत होता.'

त्यांच्या कल्पकतेचा विलास जितका विविध, तितकाच प्रेक्षणीय असतो. त्यांची अदृश्य क्रांतिकारकांची परिषद ज्या गुहेमध्ये भरते, तिचे वर्णन त्यांनी असे केले आहे :

'त्या ठिकाणी आणखी अपूर्व शोभा दिसत होती. भंगलेली सिंहासने, तुकडे तुकडे केलेले मुकुट, फाडून टाकलेली छत्रचामरे, चिंध्या झालेली अजिंक्य निशाणे, भाल्यांच्या टोकांवर नाचविली जाणारी जुलमी राजांची मुंडकी असे अनेक पदार्थ तिथे जमिनीवर पसरलेले दिसत होते.'

'शिवाजीची एक रात्र' या लेखात आकाशातला व्याध पाहून त्यांची कल्पना अशी पल्लवित होते.

'अरे हे मृगशीर्ष नक्षत्रातील व्याधा, मी तुला असा हा बाण मारताना कितीतरी दिवस पाहत आहे. आता हे तुझे शरसंधान पुरे. तो बिचारा मृग कधीच मरण पावलेला आहे. मेलेल्यांना मारण्यात किंवा गरीब मृगांची मृगया करीत बसण्यात व्यर्थ कालक्षेप करून काही मोठा पुरुषार्थ साधतो असे नाही. अरे, तुझे हे सगळे

इतके देशबांधव आपल्या देशाच्या स्वातंत्र्याकरिता गुप्त बेत करीत असता तू आपल्या भात्यातील बाण या मृगयेमध्ये व्यर्थ दवडीत आहेस! काय म्हणावं तुला? तुझ्या हातांत परमेश्वराने जे धनुष्यबाण दिले आहेत ते या गरीब मृगांना मारण्याकरिता नव्हेत. तर तुझ्या स्वतंत्रतेचे जे शत्रू असतील त्यांना मारण्याकरिता ते आहेत.'

शिवरामपंतांची कल्पकता पौराणिक कल्पना मोठ्या सुंदर रीतीने फुलविते. ऐतिहासिक स्थळे आणि प्रसंग ती आपल्या कलमाच्या फटकाऱ्याने क्षणार्धात सजीव आणि बोलके करते. स्वातंत्र्याकरिता झटणाऱ्या, झगडणाऱ्या आणि प्राण देणाऱ्या वीरांची चरित्रे मोठ्या रसाळपणाने वर्णन करते. सूर्यकिरणाच्या स्पर्शाने कमळकळी फुलून तिचे सौंदर्य जसे खुलावे, तसा शिवरामपंतांचा निबंध - मग त्याचा विषय कोणताही असो - त्यांच्या कल्पकतेमुळे आकर्षक बनतो. मात्र देशभक्तीशिवाय इतर भावनांना त्यांच्या कविमनात फारशी जागा न मिळाल्यामुळे, प्रखर आणि तर्ककर्कश बुद्धीमुळे व आपल्या आत्म्याला बेचैन करून सोडणाऱ्या पारतंत्र्याच्या शल्याविरुद्ध शस्त्र म्हणून या कल्पकतेचा त्यांनी पदोपदी उपयोग केल्यामुळे ते पहिल्या प्रतीचे गद्यकवी असूनही, उत्कृष्ट काव्य कधी लिहू शकले नाहीत आणि विविध भावनांच्या कल्लोळात आणि त्यातून निर्माण होणाऱ्या रसोत्कर्षात त्यांचे मन कधीच रमले नाही. या दृष्टीने त्यांचे, तत्कालीन इतर प्रतिभावंतांपेक्षा श्रीपाद कृष्ण कोल्हटकरांशीच अधिक साम्य आहे. शिवरामपंतांनी राजकीय गुलामगिरीविरुद्ध निकराचे हल्ले चढविण्याकरिता आपल्या प्रतिभेचा उपयोग केला. श्रीपाद कृष्णांनी वेडगळ आणि अमानुष सामाजिक रूढींवर तितक्याच तीव्रतेने प्रहार केले. त्यामुळे दोघांच्याही कल्पकतेचा उपरोधाच्या स्वरूपात विकास झाला. 'सुदाम्याच्या पोह्यां'प्रमाणेच शिवरामपंतांचे निवडक उपरोधपूर्ण राजकीय लेख हे मराठी वाङ्मयाचे एक चिरंतन भूषण मानले जाईल.

६

उपरोध हा चतुर व मार्मिक लेखकाच्या हातचा हुकमी पत्ता ठरतो. चिपळूणकर आणि आगरकर यांच्या निबंधांत उपरोध व उपहास यांचा क्वचित आविष्कार झाला असला, तरी त्यांना जवळजवळ रसाचे स्वरूप दिले ते शिवरामपंतांनीच. हा नवा रस जसा त्यांच्या प्रतिभेच्या विशिष्ट प्रकृतीतून निर्माण झाला तसा तत्कालीन राजकीय परिस्थितीमुळे त्याला अपूर्व रंग चढला. लवंगेने उष्णता आणि वेलदोड्याने थंडी होणाऱ्या मनुष्याच्या प्रकृतीप्रमाणे त्यावेळच्या इंग्रजी राज्यकर्त्यांची मन:स्थिती होती. त्यांना देशात सर्वत्र राजद्रोहाचा वास येत होता. जनतेच्या पुढाऱ्यांची स्पष्टोक्ती ही बाँबइतकीच त्यांना भयंकर वाटत होती. दडपशाहीची आग ओतून लोकांच्या मनात निर्माण झालेले स्वातंत्र्याचे कोवळे अंकुर सहज जाळून टाकता

येतात अशी वेडी आशा सर्व सत्ताधाऱ्यांना सदैव अंध करून सोडीत असते. इंग्रज सरकार काही या नियमाला अपवाद नव्हते. देशातला बहुजन-समाज निरक्षर! मूठभर सुशिक्षित लोक काय ते वर्तमानपत्रे वाचून राजकारणाचा विचार करणारे! तेव्हा कायद्याचे बुजगावणे दाखवून वर्तमानपत्रांच्या मुसक्या आवळल्या म्हणजे लोकांमध्ये स्वातंत्र्याची भावना प्रज्वलित होण्याचा फारसा संभव उरणार नाही, अशी त्या सरकारची कल्पना होती. हातात राजद्रोहाचा बडगा घेऊन आणि डोळ्यांत तेल घालून देशी वर्तमानपत्रांवर कडक पहारा करणाऱ्या या सरकारवर शिवरामपंतांनी मात केली ती केवळ उपरोधाच्या साहाय्याने. त्यांचे अनेक लेख वाचताना आट्यापाट्याच्या खेळात प्रतिस्पर्ध्यांना हुलकावण्या देत देत साऱ्या पाट्यांतून पसार होऊन मीठ आणणाऱ्या चपळ खेळाडूची आठवण होते. गुदगुल्या करण्याचे सोंग आणून ते सरकारला चिमटे काढतात. बाह्यत: त्यांच्या हातांत मखमली मोजे दिसत असले तरी त्या मोज्यांच्या आत वाघनखे लपविलेली असतात. शब्दाशब्दांतून नाजूक, पण मर्मभेदक टोमणे मारीत परक्या सरकारचे उलटे काळीज ते हा हा म्हणता उघडे करून दाखवितात. कल्पकतेचे साहाय्य नसते तर सतत दहा वर्षे सरकारच्या डोळ्यांत धूळ फेकून लोकांच्या अंत:करणांत असंतोष निर्माण करणे त्यांना अशक्य झाले असते. कुठे रूपकाचा आश्रय घ्यावा, कुठे गोष्ट सांगण्याचे मिष करावे, केव्हा प्रतिपादनावर एखाद्या ऐतिहासिक प्रसंगाचे आवरण घालावे, केव्हा 'दगडी कोळसा' सारख्या साध्या विषयावर लिहिण्याचे सोंग आणावे अशी विविध रूपे धारण करून त्यांचा उपरोध प्रकट झाला आहे. नवीन वर्षाचे स्वागत करण्याच्या निमित्ताने ते जाता जाता लिहितील, 'पोटाच्या मदतीवाचून मनाला आनंद मानता येत नाही, ही इंग्रजांच्या वाटेत देवाने मोठी अडचण घालून ठेविली आहे. पोटाला भरपूर अन्न मिळाले नाही म्हणजे ते जानेवारीच्या पहिल्या तारखेला मनाला आनंदित होऊ देत नाहीत, उड्या मारू देत नाही किंवा इंग्रजांच्या औदार्याची तारीफ करू देत नाही. राजनिष्ठा हा मनोविकार पोटात पोटभर अन्न असेल त्या वेळीच उत्पन्न होतो.' बोअर युद्धाच्या वेळी इंग्रजांना जय मिळावा, म्हणून प्रार्थना करणाऱ्या ढोंगी राजनिष्ठांची टर उडविताना ते परमात्म्याच्या तोंडून पुढील शब्द वदवितात :

'प्रार्थना करण्यासाठी जमलेल्या या मेळाव्याकडे पाहा. एकाच्या खिशात चोरीचे पैसे आहेत, दुसऱ्याच्या जिभेवर असत्य भाषणाचे डाग पडले आहेत, तिसऱ्याच्या तोंडाला शराबाची दुर्गंधी येत आहे. त्या इसमाच्या हाताला निरपराधी माणसाच्या रक्ताचे डाग पडलेले आहेत आणि त्याच्या पलीकडील इसमाच्या अंगावर लाचाच्या पैशांनी विकत घेतलेला दुपेटा आहे. पातकांच्या सर्व चिन्हांनी नखशिखांत नटलेले जे लोक, त्यांची प्रार्थना कोण ऐकेल? जगातील मनुष्याचे दु:ख कसे कमी होईल, याविषयी विचार करीत आपण सर्व देव आज बसलो

असताना, येथे आपल्यापुढे बोअर लोक मरावे, म्हणून हे लोक प्रार्थना करीत आहेत! यांना काय म्हणावे? लोकांना मारण्याचा धंदा देवाने पत्करला असे यांना कोणी सांगितले कोण जाणे!'

७

शिवरामपंतांनी आपले हे उपरोधाचे हत्यार त्या वेळच्या सामाजिक सुधारणांवरही चालविले आहे. त्यांच्या अशा प्रकारच्या लेखांत वाङ्मयदृष्ट्या काही चांगली स्थळे असली तरी सामाजिक सुधारणेवरली त्यांची सर्व टीका तर्कशुद्ध अथवा विचारप्रेरित आहे, असे म्हणता येणार नाही.

'आधी राजकीय की आधी सामाजिक?' हा वाद प्रथम टिळक-आगरकरांनी लढविला. आगरकरांच्या मृत्यूनंतरही तो महाराष्ट्रात दीर्घकाळ धुमसत राहिला. टिळकांनी सामाजिक सुधारणेचा कधीच पुरस्कार केला नाही. पण त्यांच्या या वृत्तीच्या मागे एक निश्चित व्यावहारिक भूमिका होती. ज्या समाजाला त्यांना राजकीयदृष्ट्या जागृत, संघटित व लढाऊ करून राष्ट्रवादाच्या भूमिकेवर उभे करायचे होते, त्याच्या भावना दुखवून आपला कार्यभाग होणार नाही, हे ते जाणून होते. त्यांनी सामाजिक सुधारणेच्या बाबतीत प्रथम प्रथम विरोधकाची, पण पुढे बहुश: उदासीन त्रयस्थाची भूमिका पत्करली. शिवरामपंतांची या बाबीतली विचारसरणी टिळकांहून फारशी भिन्न नसावी. पण लहान मुलाला दात येऊ लागले म्हणजे त्याला जसे कुणाला तरी चावल्याशिवाय चैन पडत नाही, त्याप्रमाणे शिवरामपंतांच्या उपरोधपूर्ण कल्पकतेलाही सुधारकांना जाता जाता चिमटे काढण्याचा किंवा तसाच मोका मिळाला तर अस्वलाच्या गुदगुल्या करण्याचा मोह आवरता आला नाही. त्यांचे मन भावनाशील असले, तरी ते देशाच्या दु:खाप्रमाणे व्यक्तीच्या अथवा वर्गाच्या दु:खाशी कधीच समरस होऊ शकले नाही. जिथे राष्ट्रच पारतंत्र्यात कुजत पडले आहे, तिथे व्यक्तीच्या सुखदु:खाची काय किंमत आहे असे देशभक्तीच्या एकाच भावनेने धुंद झालेल्या मनांना त्या वेळी वाटत असावे. ही एकांगी भावना पुढे पक्षाभिनिवेशामुळे नकळत अंध होऊन जाई, केवळ भावनेवर अवलंबून असलेले भूतकाळाचे आवाहन पारतंत्र्यात पिचणाऱ्या सर्वसामान्य मनुष्याच्या मनाला सहज पोहोचू शकते! पण कुठल्याही राष्ट्राचा उज्ज्वल भविष्यकाळ केवळ भावनेतून निर्माण होत नाही. त्या भावनेला शास्त्रशुद्ध तत्त्वज्ञानाचे आणि सर्वस्पर्शी सामाजिक प्रगतीचे अधिष्ठान असावे लागते. तरच सामान्य मनुष्य आपल्या भाग्याचा शिल्पकार होऊ शकतो. पण शिवरामपंतांच्या लेखनात ही दृष्टी सहसा दिसत नाही. राजकीय क्रांतीइतकीच सामाजिक क्रांती ही महत्त्वाची गोष्ट आहे हे त्यांना कधीच पटले नाही. जो राजकीय बाबतीत जहाल, तो सामाजिक बाबतींत सनातनी आणि जो सामाजिक

गोष्टींत सुधारक, तो राजकारणात मवाळ अशी जणू काही तेव्हा महाराष्ट्रातल्या विचारांची विचित्र विभागणी झाली होती. या एकांगीपणामुळे महाराष्ट्राच्या बौद्धिक विकासात, जीवनविषयक तत्त्वज्ञानात आणि व्यावहारिक प्रगतीत जे गोंधळ निर्माण झाले ते अजूनही पुरे नाहीसे झालेले नाहीत. सावरकर हे शिवरामपंतांचे अनेक दृष्टींनी शिष्योत्तम ठरतील. त्यांच्यामध्ये टिळकांच्या राजकारणातला जहालपणा आणि आगरकरांच्या समाजकारणातला तीव्रपणा यांचा संगम प्रथम आढळून आला. पण सावरकरांचे ऐन कर्तृत्वाचे सर्व आयुष्य अंदमानात गेल्यामुळे त्यांच्या या दुहेरी श्रद्धेचा फायदा महाराष्ट्राला मिळू शकला नाही. टिळकयुग संपून गांधीयुग सुरू झाल्यावर विचारांची ही कृत्रिम विभागणी हळूहळू मागे पडली. राजकीय क्रांती व सामाजिक क्रांती या तत्त्वत: जुळ्या बहिणी आहेत. किंबहुना जिला आपण प्रगती म्हणतो तिचे स्वरूप जरासंधासारखे असते. जरासंधाचे शरीर दोन शकले एकत्रित करून निर्माण केलेले होते अशी कथा आहे. एका विशिष्ट तऱ्हेने ती शकले जुळविली तरच त्यात चैतन्य निर्माण होत असे. राष्ट्रपुरुषही असाच असतो. राजकीय व सामाजिक या दोन्ही प्रकारच्या क्रांत्या जेव्हा त्याच्या जीवनात एकजीव होतात, तेव्हाच त्याच्या विराट देहात तेजाचा संचार होऊन त्याचे भविष्य उजळून निघते. पण ही गोष्ट शिवरामपंतांच्या वेळच्या महाराष्ट्राच्या पचनी पडली नाही.

मात्र शिवरामपंतांनी सामाजिक सुधारणेला स्थानी-अस्थानी घेतलेल्या चिमट्यांचे आणि तिच्या अकारण केलेल्या विडंबनाचे आज मंडन होण्याजोगे नसले, तरी भावनाशील मनुष्याच्या मनामध्ये दीनदलितांविषयी जी एक स्वाभाविक सहानुभूती वास करीत असते, आर्थिक विषमतेची आणि मानवी अन्यायाची भेसूर चित्रे पाहून त्याच्या कविमनाची जी तडफड होते ती शिवरामपंतांच्या लेखांतसुद्धा आढळते, हे त्यांच्या टीकाकारालाही कबूल केलेच पाहिजे. त्यांचा खालील उतारा वाचल्यावर ते समाजवादी होते असे म्हणण्याचा आजच्या कुणाही वाचकाला मोह होईल. 'संपत्तीचा दुरुपयोग' या लेखात ते म्हणतात :

'आजच्या जगात दहाजणांना पोटभर अन्न व वस्त्र मिळाले तर त्यांच्या दसपट लोकांना वेळेवर घासभर अन्न मिळविण्यासाठी दारोदार फिरावे लागते व थंडी-वाऱ्यात उघडे पडावे लागते. काही लोकांनी आपले कोट, झगे, पाटलोणी आणि टोप्या यांच्यासाठी दरमहा शेकडो रुपये खर्च करावे आणि काही गरिबांना ॲडॅम आणि ईव्ह यांच्या पातकामुळे जो शरीराचा भाग झाकणे अशक्य वाटू लागले, तो झाकण्यापुरत्या चिंध्या उभ्या वर्षात मिळू नयेत इतके खरोखर देवाचे अंत:करण कठोर नाही. ही सारी मनुष्याची कर्तबगारी आहे. जनावरांत एक श्रीमंत जनावर व एक गरीब जनावर असा भेद नाही. पण माणसाकडे पाहिले तर आपल्याला काय दिसते? एका पिढीला पुरण्यासारखे द्रव्य जवळ साचले तरी तृप्ती न होऊन ते सात

पिढ्या कसे पुरेल या विवंचनेत तो पडतो आणि खऱ्याखोट्या मार्गाने तो आपल्या सात पिढ्यांना पुरेल इतकी संपत्ती गोळा करून ठेवतो; परंतु याचा परिणाम असा होतो की, या श्रीमंताचे अजून जन्मास न आलेले मुलगे, नातू, पणतू, खापरपणतू आणि या खापरपणतूंचे नातू-पणतू यांना आजपासून पुढे शंभर वर्षांनी मजा मारता यावी आणि चैनबाजी करता यावी म्हणून आता जन्मास येऊन चुकलेल्या हजारो माणसांस उपाशी मरावे लागते. श्रीमंतांच्या घरची एक मेजवानी आणि नाच किंवा बैठक म्हटली म्हणजे हजार गरीब शेतकऱ्यांच्या शेतांवर दहा वर्षे पाऊस न पडण्यासारखेच आहे. काय हा खादाडपणा आणि काय हा राक्षसीपणा! या श्रीमंतांच्या चैनबाजीने लढाई नसतानाही देश ओसाड पडतात. दुष्काळ नसतानाही गरीब उपाशी राहतात आणि रोग नसतानाही माणसे मरतात. गरिबांच्या मुलाबाळांचा सणावाराच्या दिवशीचादेखील आनंद आपल्या खजिन्यात श्रीमंतांनी असा कोंडून ठेवणे चांगले नाही. सर्वाला मर्यादा आहे. तशीच गरिबांच्या सोशिकपणालाही मर्यादा आहे, हे कोणी विसरता कामा नये!'

८

भावनेच्या साहाय्याने देशभक्ती चेतविण्याचा काळ आता मागे पडला आहे. पुढचा काळ विवेकाचा आहे, कर्तृत्वाचा आहे. निद्रित जनतेची मने जागृत कशी होतील आणि ती खडबडून परकीय सत्तेविरुद्ध दंड थोपटून बंड करायला कशी प्रवृत्त होतील, ही एकच चिंता शिवरामपंतांना होती. अमूर्त स्वातंत्र्यदेवतेचे ते नि:सीम भक्त होते. पूजेकरता ते तिचे ध्यान करू लागले, की त्यांच्यापुढे यज्ञकुंडातून प्रकट होणाऱ्या द्रौपदीचीच मूर्ती उभी राही. लगेच एके काळी स्वातंत्र्याच्या शिखरावर असलेल्या, पण आता गुलामगिरीच्या दरीत कपाळाला हात लावून बसलेल्या अभागी भरतभूमीत त्या द्रौपदीचे रूपांतर होई. शिवरामपंतांना ते चित्र पाहवत नसे. शत्रूच्या रक्ताने माखलेल्या हातांनीच मी तुमच्याकडून वेणी बांधून घेईन, तोपर्यंत मी मुक्तकेशाच राहीन असे भीमाला बजावणारी पांचाली त्यांच्या डोळ्यांपुढे नाचू लागे. त्या पांचालीच्या नेत्रांतील अग्निज्वालांच्या तालावर नृत्य करण्यात त्यांच्या पांडित्यपूर्ण प्रतिभेने सदैव धन्यता मानली. लेखणीचा भाला कसा करावा, ही कला त्यांनीच मराठी लेखकांना शिकविली. मध्यम वर्गाला राजकीयदृष्ट्या केवळ जागृतच नव्हे, तर बंडखोर करणारा टिळक-युगातला तेजस्वी लेखक म्हणून लोकमान्यांच्या जोडीने त्यांच्या नावाचा आधुनिक महाराष्ट्राच्या इतिहासात सदैव उल्लेख होत राहील.

शिवरामपंतांनी केवळ राजकीय स्वातंत्र्याची उपासना केली हे खरे, पण ती करताना आपल्या आराध्यदेवतेचे पूजासाहित्य गोळा करण्यासाठी ते साऱ्या जगभर फिरले. ग्रीसचे स्वातंत्र्य असो, वुल्फ टोनचे चरित्र असो, स्वित्झर्लंडमधली बंडखोरांची

उठावणी असो अथवा आयर्लंडमधल्या रॉबर्ट एमेटचे भाषण असो, शिवरामपंत या सर्व स्वातंत्र्ययज्ञांच्या आणि त्या यज्ञातल्या ऋत्विजांच्या वर्णनात रंगून जात असत. निरनिराळ्या राष्ट्रांच्या राजकीय इतिहासात जे जे दिव्य, भव्य अथवा उदात्त आढळेल, त्याचे त्याचे स्वागत त्यांनी मोठ्या हौसेने केले. त्यांनी घालून दिलेला हा धडा यापुढेही मराठी लेखकांनी गिरविला पाहिजे.

आपण आता स्वातंत्र्याचा उंबरठा ओलांडला आहे. आगामी काळात केवळ राजकारणाच्याच नव्हे तर जीवनाच्या सर्व क्षेत्रांत जगात जिथे जिथे मांगल्य, कर्तृत्व, प्रेरणा आणि प्रगतिशीलता आढळेल, जिथे जिथे मानवधर्माचा निर्भय पुरस्कार होत असेल, तिथे तिथे भारताने आपले मस्तक नम्र केले पाहिजे, तिथून स्फूर्ती घेतली पाहिजे, त्या स्फूर्तीला स्वतंत्र बुद्धीची आणि प्रामाणिक त्यागाची जोड देऊन आपले भाग्य घडविले पाहिजे. अंध भावनेने उज्ज्वल गतकालाचे पोवाडे गाऊन किंवा सामाजिक प्रगती कुंठविणाऱ्या भारतीय संस्कृतीतल्या असंख्य दोषांकडे दुर्लक्ष करून यापुढे आपले चालणार नाही. अर्धशतकापूर्वीच्या काळात शिवरामपंतांना आपला इतिहास व आपली संस्कृती यांचा अभिनिवेशाने पुरस्कार करावा लागला असला आणि कल्पकता, उपरोध, वक्तृत्व इत्यादी गुणांनी नटलेल्या त्यांच्या शैलीमुळे तो लोकांना परिणामकारक वाटला असला तरी त्यांचा आत्मा आज आपल्याला जो संदेश देईल, तो केवळ इतिहासाच्या अंध पूजेचा असणार नाही. उलट, तो 'ब्लॅक होल' या आपल्या निबंधातल्या खालील भागाकडे बोट दाखवील :

'भलभलत्या कल्पना, अनेक पिढ्यांपासून चालत आलेल्या राष्ट्रहितविघातक रूढी, जगाच्या वस्तुस्थितीविषयी अत्यंत अज्ञान, मूर्खपणाच्या धर्मकल्पना आणि सामाजिक आचारविचार यांचे जोखड, स्वहिताबद्दलच्या कोत्या समजुती आणि सार्वजनिक हिताबद्दल अत्यंत अनास्था हे गुण ज्या राष्ट्राच्या अंगी पिढीजात खिळलेले आहेत, ती राष्ट्रे गुलामगिरीची स्थिती अनुभवण्याला परिपक्व झाली म्हणून समजावे! अशा राष्ट्रांवर इंग्रजांनी स्वारी केली म्हणून इंग्रजांवर रागावण्याचे काही कारण नाही. इंग्रजांनी तो देश जिंकला नाही तर दुसरा कुणीतरी तो जिंकणारच. त्याच्या अंगातील सद्गुणरूपी प्राण निघून गेला व जे प्रेत झाले, ते जाळले काय किंवा पुरले काय किंवा कोणी गिधाडांनी खाल्ले काय, सर्व सारखेच! ते गिधाडांनी खाल्ले नाही तर कुत्री त्याचे लचके तोडतील; परंतु त्याचे स्वतःचे नशीब काय ते ठरले गेले! अज्ञान हा राष्ट्राचा भयंकर शत्रू होय. वस्तुस्थितीचा अपरिचय हे सर्व दुर्बळ राज्यांचे अपरिहार्य इंग्लिश होत. आपल्या मूर्खपणाची आणि आपसांतील कलहाची तोफ आपल्याला जितकी मारते, तितका आपला संहार इंग्रजांच्या कोणत्याही मशीनगनने केला नाही...

एकोणीस

'इतर राष्ट्रांतील विचारप्रागल्भ्य जर पोक्त मनुष्यांचे आहे असे म्हटले तर आपल्यामधील कित्येक अर्वाचीन कवी व चित्रकार यांची कृती म्हणजे निव्वळ अर्भकांची बडबड आहे असेच म्हणावे लागेल. आपल्यातील वैद्य काय करीत आहेत, आपल्यातील वकील काय करीत आहेत, आपले इंजिनीअर्स काय करीत आहेत, आपले शिपाई काय कामे करीत आहेत आणि आपले खलाशी कशात व्यग्र आहेत इकडे पाहिले म्हणजे आपल्या राष्ट्राच्या फुटलेल्या कपाळावरील खोक आपल्याला चांगली दिसू लागते. आपल्या राष्ट्रातील प्रत्येक जातीचे आणि धंद्याचे लोक या जीवनकलहाच्या जिन्याच्या अगदी शेवटच्या पायरीवर धडपडत पडलेले आहेत. आपले बिनशिकलेले देशी वैद्य आपल्या कुलपरंपरागत आलेल्या आजोबांच्या बटव्याच्या पलीकडे कधीही न जाता सगळ्या जगातील रसायनशास्त्राचे संपुटीकरण आपल्या एका बटव्यामध्ये करीत आहेत आणि आपले शिकलेले डॉक्टर त्यांची विलायती औषधे आणून ती खपविण्याचे एजन्सीचे काम करीत आहेत. दुसऱ्यांच्या कलहावर आपल्या कुटुंबांची एकी आणि दुसऱ्याच्या कर्जबाजारीपणावर आपली श्रीमंती अवलंबून ठेवून आपल्यातील वकील स्वदेशबांधवांत अनीतीचा आणि कोर्ट फीच्या तिकिटांचा फैलाव करण्याला झटत आहेत. पाहिल्याबरोबर डोळे फिरून जावेत आणि हे काम कसे केले असेल याच्याबाबत बघणाराची अक्कल गुंग होऊन जावी अशा प्रकारची प्रतिसृष्टितुल्य कामे करण्याच्या ऐवजी खडी फोडणाऱ्यांवर देखरेखी करण्याचे अत्यंत जबाबदारीचे काम आपले इंजिनीअर्स बजावीत आहेत! आजचे आपल्या शिपायांचे काम म्हटले म्हणजे शिरस्तेदारापुढचा कागद साहेबांपुढे आणि साहेबांपुढचा कागद शिरस्तेदारापुढे नेऊन ठेवण्यापलीकडे काहीएक नाही आणि परदेशचे दर्यावर्दी ॲटलांटिक महासागरातून हिंदी महासागरात आणि हिंदी महासागरातून पॅसिफिक समुद्रात तेथील लाटांशी आणि वादळांशी आपल्या आगबोटींनी टकरा देत सगळ्या जगाचा व्यापार चालवीत असता आमचे खलाशी हातभर रुंदीच्या होडग्यात बसून किनाऱ्याजवळच्या ढोपरभर पाण्यात मासे मारीत किंवा त्यांच्या आगबोटीवरील तेलकट यंत्रे सुताच्या बोळ्यांनी साफ करीत पोटाची खाच भरीत आहेत. असा जिकडेतिकडे अध:पात झालेला आहे.'

या अध:पातापासून राष्ट्राचे रक्षण करण्याला आवश्यक असलेले राजकीय स्वातंत्र्य आता आपल्याला मिळाले आहे. तरुण पिढीने त्याचा उपयोग सर्वांगीण सामाजिक क्रांती यशस्वी करण्याकडे केला तरच ती शिवरामपंतांच्या वाङ्मृणातून मुक्त होईल.

कोल्हापूर **वि. स. खांडेकर**

२७-११-४७

दिल्लीचे तख्त आणि भाऊसाहेबांचा घण

परिचय

शिवरामपंतांच्या तेजस्वी देशभक्तीचा आणि ओजस्वी भाषाशैलीचा एक उत्कृष्ट नमुना या निबंधात आढळतो. इतिहास कल्पकतेने रंगवून वाचकाचे स्वदेशप्रेम जागृत करण्याची त्यांची हातोटी केवळ अनुपम होती. 'शिवाजीची एक रात्र', 'शिवाजीचे पुण्याहवाचन', 'भारतभू ही माता नव्हे का?', 'रामदासांच्या शब्दांत स्वराज्यासाठी प्रार्थना', इत्यादी लेखांत त्यांच्या प्रतिभेच्या या शक्तीचे वाचकाला मोठे स्फूर्तिदायक दर्शन होते. सदाशिवरावभाऊंनी दिल्लीचे तख्त फोडले, ही गोष्ट आपण इतिहासात दोन ओळींत वाचतो. एवढेच नव्हे तर वाचल्यावर आपण ती विसरूनही जातो. पण या अपूर्व ऐतिहासिक प्रसंगातले काव्य, त्यातले नाट्य, त्यातले राजकारण, त्यातली प्रेरकता इत्यादी गोष्टी शिवरामपंतांच्या लेखणीचा त्याला स्पर्श होताच आपल्या डोळ्यांपुढे मूर्तिमंत नाचू लागतात. ज्वालामुखीचा स्फोट होऊन तप्त लाव्हा वाहू लागावा तसे देशभक्तीने रसरसलेले त्यांचे लिखाण आहे. त्या लेखनाच्या ओघात मधूनमधून ते जी सूचक, अर्थपूर्ण व परिणामकारक वाक्ये लिहून जातात, त्यात सुभाषितांचा गोडवा तर असतोच, पण सुभाषितांत सहसा न आढळणारा ज्वलंतपणाही त्यातून प्रकट होतो. हा निबंध वाचल्यावर खालील वाक्यांचे कुणाला तरी विस्मरण होणे शक्य आहे काय? 'लोकांच्या खिशात जेव्हा पैसे येतात, तेव्हा ते घामाने भिजून येतात; परंतु ते बादशहाच्या खजिन्यात जातात, तेव्हा रक्ताने ओले होऊन जातात.' 'लोखंडाचे घण, सोन्याची आणि हिऱ्यांचीही

तख्ते फोडू शकतात, यात काही शंका नाही आणि असले घणही नेहमी तयारच असतात. ते घण उचलणारी माणसे मात्र पाहिजेत. ती असली म्हणजे कोणतेही तख्त असले तरी ते फुटलेच पाहिजे.'

शिवाजीच्या उदयापासून तो बाजीरावाच्या अस्तापर्यंत मराठ्यांचा प्रतापरूपी सूर्य सर्व महाराष्ट्रावर प्रकाशमान होत असता त्या अवधीमध्ये मराठ्यांच्या हातून अचाट शौर्याच्या अशा अनेक गोष्टी झालेल्या आहेत. त्या सर्वच आपापल्या परीने मोठ्या आहेत; परंतु त्या सर्वांमध्ये एक गोष्ट इतकी भव्य, प्रचंड आणि अद्‌भुत आहे की, तिच्याबद्दल विचार करू लागले असता मन अगदी थक्क होऊन जाते. ती गोष्ट म्हटली म्हणजे सदाशिवरावभाऊंनी दिल्लीचे बादशाही तख्त फोडिले ही होय. पानिपतच्या मोहिमेमध्ये बारीकसारीक गोष्टी पुष्कळ घडून आल्या असतील, पण या वर नमूद केलेल्या गोष्टीने ज्याचे मन आकर्षित करून घेतले नसेल, असा मनुष्य सापडणे फार कठीण आहे. पानिपतची मोहीम हा मराठ्यांच्या शौर्याचा कळस होता. पानिपतच्या समरांगणावर मराठ्यांच्या शस्त्रांना यश आले असते तर त्यांच्या वैभवाला पारावारच नव्हता; परंतु जरी तेथे त्यांना यश आले नाही, तरी पुण्यापासून अटकेपर्यंत मराठे सरदार अव्याहतपणे कूच करीत खंडण्या घेत गेले, ही गोष्ट काही लहानसहान नव्हे. पानिपतच्या मैदानात पराभव होईपर्यंत ज्या ज्या गोष्टी घडून येत होत्या त्या त्या सर्व मराठ्यांच्या उत्कर्षाच्याच सूचक होत्या. खुद्द ज्या दिवशी पानिपतास मराठ्यांचा पराभव झाला, त्या दिवशी संध्याकाळच्या चार घटका दिवस राहीपर्यंतसुद्धा मराठ्यांच्याच पक्षाला यश आलेले होते. त्या घटकेपर्यंत मराठ्यांच्या उत्कर्षाची एकसारखी चढतीच कमान होती असे म्हणण्यास काहीच हरकत नाही. या उत्कर्षाच्या काळामध्ये मराठ्यांनी जी अचाट कृत्ये केली त्यातील पहिल्या प्रतीचे कृत्य म्हटले म्हणजे त्यांनी दिल्लीचे तख्त फोडिले हे होय.

दिल्लीचे तख्त फोडावे ही कल्पना भाऊसाहेबांची. सुरजमल जाट हा या कल्पनेच्या विरुद्ध होता व भाऊसाहेबांनी दिल्लीचे तख्त फोडले म्हणून सुरजमल जाट व त्याच्याबरोबर दुसरे काही सरदार मराठ्यांचा पक्ष सोडून निघून गेले. या इतिहासातील गोष्टीवरून ज्या तख्त फोडण्याचे परिणाम अशा रीतीने अहितकारक झाले त्या गोष्टीला इतके महत्त्व देणे बरोबर नाही असा आक्षेप येणे अगदी स्वाभाविक आहे; परंतु आम्ही जे या गोष्टीला श्रेष्ठ पद देत आहो ते अगदी निराळ्या कारणासाठी आहे. सध्याच्या प्रसंगी आम्हाला ऐतिहासिक वादाशी विशेष काही कर्तव्य नाही आणि त्या वादाच्या दृष्टीने विचार केला तरीही सुरजमल जाटाच्या म्हणण्यात काय अर्थ होता? सुरजमलचे असे म्हणणे होते की, आम्ही बादशहाचे नोकर आहो, तेव्हा आमच्या समक्ष बादशहाचा खजिना आम्ही लुटू देणार नाही.

पण जाटाच्या या म्हणण्यात काय अर्थ होता? बादशहाचा खजिना कोठला? बादशहांनी तो कोठून आणिला होता? बादशहांनी जन्मास येतेवेळी स्वर्गलोकातून आपल्याबरोबर तो आणिला होता काय? किंवा त्यांच्या आजा-पणज्यांनी आणिला होता? हा बादशाही खजिना आला कोठून? लोकांच्या जवळून पैसे लुबाडून ते बादशहाने आपल्या ताब्यामध्ये आणून ठेविले म्हणजे झाला तो बादशाही खजिना! पण वास्तविक ते पैसे लोकांच्या श्रमाचे. लोकांच्या खिशात जेव्हा पैसे येतात तेव्हा ते घामाने भिजून येतात; परंतु जेव्हा ते बादशहाच्या खजिन्यात जातात, तेव्हा रक्ताने ओले होऊन जातात. गरीब लोक कुदळीने आणि नांगराच्या फाळाने एक-एक पैसा कमवितात आणि बादशाहा तरवारीने आणि तोफेच्या गोळ्याने कोट्यवधी रुपयांची लूट मारितात आणि अशा तऱ्हेने यांचे खजिने भरतात. असले खजिने बादशहांचे कसले? ते वास्तविक लोकांचेच आहेत. त्यांच्यावर लोकांचाच हक्क जास्त आहे. बादशहांचा लुटारूपणाखेरीज दुसरा कोणता हक्क आहे? ज्यांनी निढळाच्या घामाने पैसा मिळविला, ते सर्व लोक चोर व्हावे? आणि ज्यांनी ते लोकांपासून लुटून आणिले ते त्याचे मालक व्हावे काय? दिल्लीचा खजिना दिल्लीच्या बादशहाचा नव्हता. तो दिल्लीच्या लोकांचा होता. तो हिंदुस्थानच्या लोकांचा होता. त्या खजिन्यात हिंदुस्थानच्या लोकांचे पैसे साठविलेले होते. आता ते पैसे कोणापासून किती लुबाडून घेतले होते याचा बादशहाच्या दप्तरामध्ये जमाखर्च नसल्यामुळे (कारण लुटीच्या पैशाचा जमाखर्च कोण ठेवतो?) ते ज्याचे त्याला परत करणे ही गोष्ट अशक्य असल्याकारणाने त्या पैशाचा जर काही योग्य विनियोग करण्याचा मार्ग असेल तर तो एकच होता आणि तो हा की, ज्याचा त्याला परत करता येत नसलेला हिंदुस्थानातील लोकांचा पैसा हिंदुस्थानातील लोकांच्या कोणत्या तरी सामान्य अशा कल्याणाकडे लावायचा आणि हिंदुस्थानातील लोकांचे त्या वेळी सर्वसामान्य कल्याण असे कोणते होते? गझनीचा महंमद, महंमद घोरी वगैरे मुसलमानी योद्ध्यांच्या स्वाऱ्यांपासून हिंदुस्थानचे स्वातंत्र्य दिवसेंदिवस नष्ट होत चालले होते. तेव्हापासून जे ग्रहण लागत चालले त्याचा पूर्ण खग्रास होण्याची वेळ औरंगजेबाच्या कारकिर्दीत आली होती. पुढे दक्षिणेमध्ये शिवाजी महाराजांसारखे प्रतापशाली पुरुष उत्पन्न होऊन त्यांनी जरी महाराष्ट्राला स्वातंत्र्याची गोडी लावून दिली होती तरी उत्तर हिंदुस्थानामध्ये मुसलमानांचा अंमल कायमच होता. उत्तर हिंदुस्थानात मुसलमानांचे पूर्ण वर्चस्व होते. १७६०/६१ सालचे दिवस असे आले होते की, त्या वेळेला मुसलमानांच्या सत्तेला प्रतिबंध करण्याचा काही उपाय योजण्यात आला नसता तर पारतंत्र्याच्या जोखडाने हिंदुस्थानातील लोकांच्या माना कायमच्याच मोडून गेल्या असत्या. दिल्लीच्या बादशहाचे वजन कमी होत चालले आहे असे पाहून त्याला मदत करण्यासाठी अहमदशहा अबदाली

हा कंदाहाराहून सैन्य घेऊन येत होता व अबदालीला मदत करण्यासाठी रुमशामच्या बादशहानेही आपले काही सैन्य पाठविले होते. म्हणजे हल्ली जसे युरोपमध्ये संयोगसंधी (Alliances) झालेले आपण पाहतो, त्याप्रमाणे त्या वेळच्या तीन मोठमोठ्या मुसलमान राजामध्ये हा Triple Alliance च झालेला होता. कॉंस्टँटिनोपलचा बादशहा, कंदाहारचा बादशहा आणि दिल्लीचा बादशहा हे एकत्र होऊन हिंदुस्थानला गुलामगिरीमध्ये दडपून ठेवण्याविषयी प्रयत्न करीत होते. असे त्या वेळचे शत्रूकडील कारस्थान होते. शत्रू हिंदुस्थानचे स्वातंत्र्य नष्ट करण्यासाठी खटपटी चालवीत होते आणि त्याच वेळी आमच्या हिंदुस्थानातील सुरजमल जाट 'आम्ही बादशहाचा खजिना रक्षण करणार' म्हणून रडत होते. ह्या लोकांच्या अदूरदृष्टीला काय म्हणावे? त्या वेळेला आपल्या देशाविरुद्ध कोण काय काय कारस्थाने करीत आहेत याचा जाटांना गंधही नव्हता असे दिसते. अशा वेळी जसे मुसलमान एक झाले होते, त्याचप्रमाणे हिंदूंनीही एक व्हायला पाहिजे होते. पण ते सर्व एकाच बाजूला पाहून जे भाऊसाहेब सर्व हिंदुस्थान स्वतंत्र करण्याचा प्रयत्न करीत होते, त्यांनाच उलट सुरजमल जाट आडवा आला; परंतु भाऊसाहेबांची दृष्टी सुरजमलसारखी वेडगळ समजुतींनी आणि मतांनी आंधळी झालेली नव्हती. आपल्या देशावर कोणते संकट आले आहे आणि आपला देश स्वतंत्र करण्यासाठी आपण याप्रसंगी काय केले पाहिजे याची पूर्ण कल्पना भाऊसाहेबांच्या डोळ्यांसमोर होती. त्यांना हिंदुस्थान स्वतंत्र करायचे होते. त्यांना हिंदुपदपातशाहीची इमारत उभी करायची होती व अशाच धोरणाने त्यांचे सर्व प्रयत्न चालले होते. त्यांनी दक्षिणेतून गायकवाड, विंचूरकर, पोवार, निंबाळकर वगैरे सरदार गोळा करून बरोबर आणिले होते. पुढे कूच करून माळव्यांत आल्यावर तेथे ज्या फौजा होत्या त्या त्यांनी बरोबर घेतल्या होत्या. बुंदेले व झांशीवाले तमाम समागमे निघाले. जयपूर, उदेपूर, भरतपूरवाले, कुंभेरी, चितोड, रामनगर वगैरे ठिकाणचे सर्व रजपूत शिपाईही भाऊसाहेबांच्या सैन्यात येऊन मिळाले. हा अतिशय आणीबाणीचाच प्रसंग होता. १७६१ सालानंतर हिंदुस्थानात मुसलमानांनी राज्य करावे की हिंदूंनी राज्य करावे, हिंदू लोकांनी गुलामगिरी पत्करावी की स्वतंत्र व्हावे या महत्त्वाच्या प्रश्नाचा निकाल करण्याचाच हा प्रसंग होता आणि यासाठीच हिंदूंच्या बीजाचे म्हणून जे सरदार व शिपाई होते ते सर्व भाऊसाहेबांनी आपल्या सभोवती गोळा केले होते. हिंदुस्थान हे हिंदुस्थानातील लोकांकरिता आहे, दुसऱ्याकरिता नव्हे हे प्रतिपादन करण्यासाठी भाऊसाहेबांच्या सभोवती चार लक्षांच्यावर फौजेचा जमाव जमला होता. इतक्या लोकांच्या खर्चाला काय लागणार नाही? भाऊंनी आपल्याबरोबर दक्षिणेतून पुष्कळ पैका आणिला होता; परंतु तो दिल्लीपर्यंत मजल येऊन पोहोचेपर्यंत सर्व खलास होऊन गेला व फौजेत पैशाची फार टंचाई झाली. दिल्लीच्या बादशाही तख्तामध्ये

अपार खजिना असल्याची माहिती सर्वत्र होती. शिवाय ते तख्तही अतिशय मौल्यवान होते. ही संपत्ती दिल्लीच्या बादशहांनी कशी कमविली होती हे वर आपल्याला दिसून आलेच आहे. ही हिंदुस्थानातील लोकांच्या निढळाच्या घामाची संपत्ती हिंदुस्थानच्या लोकांच्या सर्वसामान्य कल्याणाकडे उपयोगात आणण्याची जर एखादी वेळ असली तर ती ही होती. हिंदुस्थानातील लोकांच्या स्वातंत्र्यासाठी हिंदुस्थानातील लोकांची संपत्ती उपयोगात आणायची नाही तर ती केव्हा आणावयाची? हिंदुस्थानची संपत्ती हिंदुस्थानच्या स्वातंत्र्याकरिताच आहे. ती बादशहांच्या जलशांकरिता नाही. अशा उदात्त विचारांनी प्रेरित होऊन भाऊंनी दिल्लीचे तख्त फोडण्याचा निश्चय केला. त्यातील पैका भाऊसाहेबांना स्वत:च्या उपयोगाकरिता नको होता. तख्तावरील जवाहीर काढून त्याने भाऊसाहेबांना आपले अंग सुशोभित करायचे नव्हते. तर त्या थोर वीराला सर्व हिंदुस्थान स्वातंत्र्याने सुशोभित करायचे होते. त्या द्रव्यापैकी चार दमड्या भाऊसाहेबांच्या पदरात पडणार होत्या असे नाही. त्या पैक्याने भाऊसाहेबांना आपले पोट जाळायचे नव्हते, तर हिंदुस्थानाला स्वतंत्र करण्यासाठी ज्या फौजा निघाल्या होत्या त्यांच्या पोटाला अन्न द्यायचे होते आणि त्यासाठी सदाशिवरावभाऊंनी हे कृत्य केले व अशा दृष्टीने पाहिले म्हणजे वर निर्दिष्ट केलेला आक्षेप अगदी पोकळ आणि कमजोर आहे असे कोणालाही वाटल्यावाचून राहणार नाही.

ह्याप्रमाणे या आक्षेपाचे निरसन केल्यानंतर आपण आता सदाशिवरावभाऊंनी दिल्लीचे तख्त फोडले या गोष्टीच्या महत्त्वाकडे वळू. पानिपतच्या लढाईमध्ये कोणाचा पराभव झाला असे हल्लीच्या इंग्रजी शाळेतील मास्तराने विचारले म्हणजे 'मराठ्यांचा पराभव झाला' असे उत्तर देण्याविषयी मुलांना शिकविलेले असते; परंतु या प्रश्नाचे उत्तर इंग्रजीच्या अमदानीतील चौथ्या इयत्तेकरिता लिहिलेल्या महाराष्ट्र देशाच्या इतिहासातील उत्तरापेक्षा जरा जास्त बिकट आहे. पानिपतच्या लढाईमध्ये मराठ्यांचे पुष्कळ सैन्य मारले गेले हे खरे; परंतु एवढ्यावरून अब्दालीचा जय झाला आणि मराठ्यांचा पराजय झाला हे म्हणणे बरोबर होणार नाही. मुख्य सेनापती मरणे किंवा पुष्कळ सैन्य मरणे एवढ्यावरून जयापजयाची कल्पना ठरविणे रास्त नाही. या गोष्टीचा विचार करताना पुढे घडून आलेल्या परिणामांकडेही लक्ष दिले पाहिजे. पानिपतच्या लढाईत मराठ्यांचा मोड झाला असला तर अब्दालीचाही मोड झाला आहे असे म्हणण्यास हरकत नाही. कारण त्यानंतर मुसलमानांनी हिंदुस्थानावर काबूलच्या दिशेने दुसरी स्वारी झाली नाही. महंमद गझनी, तैमूरलंग, नादीरशाह, यांच्या मालिकेतील अब्दाली हाच शेवटचा मणी झाला. ही माळ येथेच कोणी तोडिली? या स्वाऱ्या येथेच कोणी बंद केल्या? हा सर्व पानिपतच्या मोहिमेचाच परिणाम आहे. पुढे महादजी शिंद्यांना दिल्लीच्या दरबारात आपला विशेष जोर बसविता आला याला मूळ कारण काय? उत्तर हिंदुस्थानात मुसलमानांचे वर्चस्व

बहुतेक कमी होऊन लोक इंग्रजी लाटेखाली बुडून जाईपर्यंत जो स्वातंत्र्याचा थोडा बहुत अनुभव घेत होते, तो कशाचा प्रभाव? या सर्व गोष्टी जर पानिपतच्या मोहिमेपासून झाल्या आहेत, तर त्या मोहिमेमध्ये, निदान त्या मोहिमेपासून, मुसलमान लोकांचा पाडाव झाला, असे म्हणण्याला काय हरकत आहे? पानिपतच्या लढाईपासून मराठ्यांच्या राज्याला धक्का बसला हे खरे. पण या लढाईमुळे मुसलमानी राज्याला धक्का बसला नाही असेही नाही. अशा रीतीने या लढाईनंतर तर मुसलमानांचा कमजोरपणा झालाच, पण त्याच्या आधीही हिंदुस्थानातील मुसलमान राज्याला पूर्णपणे उतरती कळा लागलेली होती आणि ही गोष्ट भाऊसाहेबांनी एका कृत्याने सर्व जगाच्या दृष्टोत्पत्तीस स्पष्टपणे आणून दिली होती. दिल्लीचे तख्त फोडणे ही गोष्ट लहानसहान नव्हती. त्यामध्ये एक प्रकारचा पुष्कळ राजकीय अर्थ होता. भाऊसाहेबांनी हे दिल्लीचे तख्त फोडले नव्हे तर हिंदुस्थानच्या गुलामगिरीचे डोकेच फोडले. गुलामगिरीची जोखडे हिंदुस्थानातील सर्व लोकांच्या माना दाबून टाकण्याकरिता येथूनच तयार करून बाहेर पाठविली जात असत. बंगाल, बिहार, ओरिसा, अयोध्या, लाहोर, सिंध, गुजरात, नागपूर, विजापूर, गोवळकोंडा आणि दौलताबाद या सर्व ठिकाणच्या हिंदू प्रजेला जखडून टाकण्यासाठी गुलामगिरीच्या शृंखला येथेच घडविल्या जात होत्या. अखंड भरतखंडातील लोकांच्या अंत:करणाला चावून चावून त्यांना रात्रीचीही झोप येऊ न देणारे गुलामगिरीचे साप आणि विंचू याच वारुळातून बाहेर पडत होते. सर्व तरतरीत लोकांच्या उमेदी आणि महत्त्वाकांक्षी मनुष्यांच्या आशा करपवून टाकणाऱ्या गुलामगिरीच्या ज्वाळा याच अग्निकुंडातून निघून सर्व हिंदुस्थानभर सैरावैरा धावत होत्या आणि काश्मिरातील हिमालयाच्या शाखा, माळव्यातील सातपुडा आणि दक्षिणेतील सह्याद्री अशा मोठमोठ्या उंच पर्वतांनाही बुडवून टाकणाऱ्या गुलामगिरीच्या प्रचंड लाटा याच समुद्रापासून उसळत होत्या. त्या दिल्लीच्या तख्ताचे हे स्वरूप आपण लक्षामध्ये आणिले म्हणजे ते फोडण्यात भाऊसाहेबांनी केवढी मोठी कामगिरी बजावली याची आपल्याला बरोबर कल्पना करता येईल. त्या वेळी दिल्लीच्या बादशहांचा साऱ्या हिंदुस्थानभर अतिशय वचक होता व अतिशय दरारा होता. बाबर, हुमायून, अकबर, जहांगीर, शहाजहान, औरंगजेब, या सर्व बादशहांनी ते तख्त पवित्र करण्याकरिता आपली सर्व पुण्याई खर्च केली होती. या सर्व बादशहांचे वैभव त्या तख्तामध्ये एकवटलेले होते. ते तख्त म्हणजे मोगलाई सत्तेची प्रत्यक्ष मूर्तिमंत प्रतिमाच होती असे म्हणण्यास हरकत नाही. दिल्लीपासून दौलताबादेपर्यंत जो अंमल चालत होता तो या तख्ताचा होता. हिंदुस्थानातील लोक हत्तीप्रमाणे जुलमाच्या पायाखाली चुरडले जात होते, तरी 'ना विष्णुः पृथिवीपतिः' हे तत्त्व त्यांच्या मनामध्ये होतेच. त्यामुळे ते या तख्ताकडे मोठ्या आदरबुद्धीने पाहत असत. सर्वांच्या मनात याच्याबद्दल पूज्यबुद्धी

वास करीत होती व या तख्ताबद्दल येथून तेथून सर्व लोकांच्या मनामध्ये एक प्रकारचा भीतिमिश्रित सन्मान वागत होता. या तख्तावर सोन्याच्या मुलाम्याचे थर चढविण्याकरिता हजारो लोक निमूटपणे जुलमी करांच्या खाली वाकत होते. या तख्तावर हिरे आणि माणके चढविण्यासाठी कैक श्रीमंत लोक गरीब होत होते. कैक हिंदू देवळांचे जवाहिरखाने उघडे पडत होते आणि कित्येक रजपूत राजांच्या स्त्रिया आपल्या नैसर्गिक लावण्यातच संतोष मानून स्वस्थ बसल्या होत्या. या तख्तापुढे शेकडो मांडलिक राजे आपले कारभार आणून ओतीत असत आणि लढाईत जिंकलेले शेकडो कैदी हात जोडून उभे राहत असत. ह्या तख्तापुढे कित्येकांनी सलाम केले असतील, कित्येकांनी नाके घासली असतील आणि कित्येकांनी साष्टांग नमस्कार घातले असतील. या तख्तापुढे मेवाडचे राणे, उदेपूरचे ठाकूर, बंगालचे सुभेदार आणि दक्षिणेचे राजे लवून रोज मुजरा करीत होते. ह्या तख्तापुढे तंग विजारी घातल्या असल्यामुळे नीट बसता येत नसलेले इंग्रजांचे वकील आपण अगदीच सुखाने बसलो आहो असे आपल्या बाह्यात्कारी हसतमुख चेहर्‍याने सभोवतालच्या मुसलमानांना दाखवीत होते. 'हे तख्त मोडो' म्हणून दक्षिणेतील पाणीदार मराठ्यांमध्ये कोणी शिव्याशाप देत असले तर असोत, बाकी हिंदुस्थानभर 'हे तख्त सलामत राहो,' म्हणून सर्व लोकांच्या तोंडून प्रार्थना निघत होत्या. या तख्ताच्यापुढे हिंदुस्थानातीलच काय; पण इंग्लंड, पोर्तुगाल, हॉलंड, इराण, अफगाणिस्तान, कॉन्स्टँटिनोपल इत्यादी दूरदूरच्या देशांतूनही आलेल्या नजराण्यांच्या राशी पडत असत. असा या तख्ताचा महिमा होता. पण एवढा मोठा महिमाही आपण आपल्या बाहुबलाने लयाला नेऊ व आपला देश स्वतंत्र करू, अशी महत्त्वाकांक्षा दक्षिणेतील मराठे वीरांच्या मनामध्ये उड्या मारीत होती व ती सदाशिवरावभाऊंनी शेवटास नेली. सदाशिवरावभाऊंचे पूर्वज म्हटले म्हणजे कोकणात समुद्रकाठी एका खेडेगावात राहणारे गृहस्थ. दैवाच्या मनात नसते तर विश्वनाथ भटाची मुले श्रीवर्धनच्या वाळवंटामध्ये नाचतबागडतच पडली असती. ती फार उंच चढली असती तर एखाद्या माडाच्या झाडावर चढली असती; सिंहासनावर चढली नसती. त्यांनी फार मजल मारली असती तर आपल्या पंचक्रोशीतील अगदी शेवटच्या गावाला ते गेले असते, पण अटकेपर्यंत गेले नसते व त्यांनी फार फार जिंकले असते तर एखादा भाऊबंदकीचा वाद जिंकला असता, हिंदुस्थान देश जिंकला नसता. श्रीवर्धनच्या नारळीच्या बागांतून आणि समुद्रकिनार्‍यावरील वाळवंटावरून त्या वेळी इतर मुले जशी नाचत बागडत होती; त्याचप्रमाणे बाजी, चिमाजी, रघुनाथ, विश्वास आणि सदाशिव ही मुलेही त्यांच्याचबरोबर कदाचित नाचत बागडत राहिली असती; परंतु परमेश्वराची इच्छा काही निराळीच होती. त्याच्या मनातून या माडावर चढणाऱ्या मुलांना राज्यपदावर चढवायचे होते. त्याच्या

मनातून श्रीवर्धनच्या किनाऱ्यावर या डोंगरापासून त्या डोंगरापर्यंत वाऱ्याप्रमाणे भटकत फिरणाऱ्या या मुलांना त्यांच्या हातात विजयश्रीचे भगवे झेंडे देऊन साऱ्या हिंदुस्थानवर फिरवायचे होते. त्याच्या मनातून श्रीवर्धन हे नाव अन्वर्थक करायचे होते. कारण त्याने येथील ही मुले हाती धरून साऱ्या हिंदुस्थानच्या विजयश्रीचे वर्धन केले. सदाशिवरावभाऊही कोकणात राहून, हल्ली जसे कित्येक लोक करू शकतात, त्याप्रमाणे फार तर माडावरील ताजा नारळ बुक्कीने फोडू शकला असता. पण सदाशिवरावभाऊंचा जन्म त्याकरिता नव्हता. त्यांचा जन्म जुने बादशाही तख्त बुक्कीने फोडण्याकरिता होता व ते कृत्य सदाशिवरावभाऊंनी केले, बादशाही तख्ताचा मोठेपणा आणि सदाशिवरावभाऊंच्या पूर्ववृत्ताचा कोकणीपणा ही वर लिहिलेल्या रीतीने आपल्या डोळ्यांपुढे आपण मांडली असता सदाशिवरावभाऊंनी केवढे प्रचंड, अघटित आणि अलौकिक कृत्य केले याची आपल्याला बरोबर कल्पना येईल. बाकीच्या लोकांचे डोळे बादशाही वैभवाने दिपून गेलेले होते, पण सदाशिवरावभाऊंची दृष्टी साफ होती. सदाशिवरावभाऊंना पक्के माहीत होते की, बादशाही तख्त कसलेही केलेले असो, पण त्याला कोणी फोडणारा भेटला की, ते फुटलेच पाहिजे व त्याप्रमाणे तख्त सहा-सात शतकेपर्यंत अभेद्य झाले होते, त्याला अखेरीस सदाशिवरावभाऊ हा फोडणारा भेटला आणि त्याबरोबर ते फुटले. तख्त कसलेही केलेले असले तरी लोखंडाचा घण अशी काही एक अजब चीज परमेश्वराने या जगामध्ये निर्माण करून ठेविली आहे की, त्याच्याखाली सर्व प्रकारच्या धातूंचे तुकडेच झाले पाहिजेत. लोखंडाचे घण सोन्याची आणि हिऱ्यांचीही तख्ते फोडू शकतात यात शंका नाही आणि असले घणही नेहमी तयारच असतात. ते घण उचलणारी मनगटे मात्र पाहिजेत. ती असली म्हणजे कोणतेही तख्त असले तरी ते फुटलेच पाहिजे. बलाढ्य, सत्त्वशील, सत्ययुक्त आणि न्यायोपबृंहित अशा मनगटाने उचललेल्या घणाखाली निष्कारण मारलेल्या लोकांच्या रक्ताने लाल झालेल्या, गांजलेल्यांच्या शिव्याशापरूपी धरणीकंपाच्या धक्क्यांनी डळमळू लागलेल्या, अनन्वित जुलूम, अन्यायाचे कर, प्रजेचा असंतोष, राजवल्लभांची दुर्व्यसने, फंदफितुरी आणि बंडाळ्या या अनेक भुंग्यांनी आतून पोखरलेल्या तख्ताचे तुकडेच झाले पाहिजेत, ही गोष्ट भाऊसाहेबांच्या मनामध्ये येऊन चुकलेली होती. इतर लोकांना जरी या तख्ताचा मोठा बाऊ वाटत होता, तरी बादशाही जुलमामुळे त्याला आधीच भेगा गेलेल्या भाऊसाहेबांच्या डोळ्याला दिसत होत्या. ते तख्त बादशाही अन्यायाने आधीच फोडून ठेविले होते. भाऊसाहेबांनी नंतर घण उचलला. दक्षिणेतील श्रीवर्धनच्या समुद्रकाठचा एक मुलगा हिंदुस्थानातील यमुनेच्या काठच्या दिल्लीच्या किल्ल्यात जाऊन, आपल्या देशाच्या स्वतंत्रतेसाठी हातावर शिर घेऊन निघालेल्या लोकांच्या पोटाला अन्न देण्यासाठी सहा-सात शतकांच्या संचित केलेल्या वैभवाने उभारलेले

तख्त फोडण्याकरिता आपल्या आजानुलंबी पवित्र हातामध्ये घण घेऊन उभा राहिलेला आहे ही कल्पना, हा प्रसंग, हे चित्र, हे संविधानक किती आल्हादजनक, किती स्वदेशप्रीतिजनक आणि किती रोमहर्षक आहे, याची प्रतीती आज आपल्याला केवळ कल्पनासृष्टीमध्येच करून घेतली पाहिजे. ज्यांनी अशा स्थितीमध्ये सदाशिवरावभाऊंना प्रत्यक्ष पाहिले असेल त्यांचे डोळे धन्य! त्यांनी बाहुवीर्याची परमावधी पाहिली! आणि स्वातंत्र्यप्राप्तीची पराकाष्ठा अनुभविली!

बादशाही तख्त भाऊसाहेबांच्या डोळ्यांसमोर होते. शहाजहान, औरंगजेब, बहादुरशहा, अहमदशहा वगैरे बादशहा ज्या तख्तावर बसून सर्व हिंदुस्थानचे राज्य हाकीत होते, ते तख्त रिकामे झालेले भाऊसाहेबांपुढे होते व त्या तख्तावर बसून आपण बादशहा व्हावे अशी इच्छा भाऊसाहेबांच्या मनात आली असती, तर त्यांचा हात धरायला त्या वेळेला कोण समर्थ होता? कोणी नव्हता. तरी पण आपण त्या तख्तावर बसावे आणि आपण आता हिंदुस्थानचे बादशहा झालो आहो अशी चोहोकडे द्वाही फिरवावी ही कल्पना भाऊसाहेबांच्या मनाला शिवलीसुद्धा नाही. ज्या तख्तावर बसण्याकरिता शेकडो बादशहा धडपडत होते, धडपडत आहेत आणि धडपडत राहतील ते तख्त फोडण्यातच भाऊसाहेबांना जास्त कृतकृत्यता वाटली यातच त्यांच्या अंगचा थोरपणा दिसून येत आहे. असल्या तख्तावर बसेल कोणीही. पण जो ती फोडतो तो त्यावर बसणाऱ्यांच्याही मानेवर बसण्याच्या योग्यतेचा असला पाहिजे. रामाने समुद्रावर सेतू बांधिला म्हणून कित्येकांना मोठी शिफारस वाटत होती; परंतु एका आचमनामध्ये सर्व समुद्राचे पाणी पिऊन टाकणाऱ्या कुंभोद्भव ऋषींची गाठ पडल्याबरोबर ती सर्व फुशारकी फिकी पडली. तद्वत या दिल्लीच्या तख्तावर बसलेल्या बादशहांना आपण फार मोठे म्हणून अतिशय धन्यता वाटत होती. पण ते तख्त फोडणारा निघाला, तेव्हा या सर्व धन्यतेचे पाणी होऊन गेले असले पाहिजे आणि ज्याप्रमाणे क्षारोदक समुद्र अगस्त्यमूत्रमय मानला गेल्यामुळे तो रामाला अस्पर्शनीय झाला, त्याचप्रमाणे सदाशिवरावभाऊंच्या घणाने छिन्नविच्छिन्न केलेले आणि फोडून टाकलेले ते तख्त त्यांच्या मागून येणाऱ्या राजांना जर त्यांच्यात काही मानीपणा असेल तर, केवळ अनुपभोग्यच झालेले आहे. अशा रीतीने अचाट कृत्य सदाशिवरावभाऊंनी आपल्या इतिहासामध्ये करून ठेवले आहे. असली कृत्ये फार मनन करण्यासारखी असतात. असल्या कृत्यांत उदार मनोवृत्ती एकसारख्या उचंबळत असतात. सत्त्वगुण, शौर्य, स्वातंत्र्यप्रीती, स्वदेशभक्ती, आत्मोन्नती इत्यादी अनेक गुण असल्या कृत्यांच्या पोटामध्ये सदोदित वास करीत असतात. ज्यांनी असली उत्तम आचरणे केली ते खात्रीने स्वर्गलोकालाच गेले असले पाहिजेत.

■

डेक्कन कॉलेज पाहून केशवरावांच्या मनात आलेले विचार

परिचय

चिपळूणकर, आगरकर व टिळक या तीन निबंधकारांनी शिवरामपंतांच्या पूर्वी वाचकांना आपल्या लेखणीने अंकित केले होते. या तिन्ही निबंधकारांच्या प्रकृतिधर्मात, जीवनश्रद्धांत आणि विचारांचा आविष्कार करण्याच्या शैलीत खूप फरक असला तरी निबंधलेखनाची एक ठरावीक पद्धत त्यांनी मान्य केली होती. फक्त आगरकरांनी क्वचित या साच्याबाहेर जाऊन थोडे लेखन केले होते. पण शिवरामपंतांच्या प्रभावी कल्पनेला असले तंत्राचे बंधन मानवणे शक्य नव्हते. त्यांना फक्त केवळ देशभक्तीचा विचार सांगायचा नव्हता. पारतंत्र्यामुळे निर्माण झालेली परिस्थिती त्यांना वर्णन करायची होती. या परिस्थितीच्या चक्रात सापडलेली विविध स्वभावाची माणसे त्यांना दाखवायची होती. त्यांचा निबंध अनेकदा गोष्ट किंवा लघुनिबंध यांच्या सीमेवर रेंगाळत आहे असा जो भास होतो त्याचे कारण हेच आहे.

गंभीर आणि विचारप्रधान निबंधलेखन करणाऱ्यांना जे विषय हाताळणे अशक्य होते, ते शिवरामपंत किती कुशलतेने रंगवू शकत असत हे या लेखावरून दिसून येईल. टिळक-आगरकरांच्या पिढीत त्यांच्यासारखे त्यागी देशभक्त हाताच्या बोटांवर मोजण्याइतकेच निघाले. पण इंग्रज सरकारची सोनेरी बेडी पायात घालून घेणाऱ्या इतर सुशिक्षितांना आपल्या देशाच्या दुःस्थितीविषयी काहीच वाटत नव्हते, असा मात्र याचा अर्थ करणे चुकीचे होईल. अशा एका सुशिक्षिताचे हृदय शिवरामपंतांनी या लेखात उघड करून दाखविले आहे. अज्ञानामुळे या देशाची दुर्दशा ज्याला कळू शकत नाही तो

गुराखी आपल्यापेक्षा अधिक भाग्यवान आहे, असे या लेखातल्या केशवरावांना वाटते. निराश मन:स्थितीत मनुष्याच्या मनात अशी कल्पना येणे स्वाभाविक असले तरी शिवरामपंतांच्या अंगी लघुनिबंधलेखकाला लागणारे जे अनेक गुण होते, त्यांचाही ही कल्पना फुलवताना नकळत आविष्कार झाला आहे, असे वाटल्यावाचून राहत नाही. 'मोठेपणाचा वीट' व 'चंद्राचा सोनेरी राजवाडा' हे त्यांचे दोन निबंध या विशिष्ट दृष्टीने अवश्य वाचावेत.

डेक्कन कॉलेज सोडून केशवरावांना वीस-पंचवीस वर्षे झाली होती. डेक्कन कॉलेजातून बी.ए. अभ्यास संपवून पुढे केशवराव एलएल.बी.चा अभ्यास करण्याकरिता तीन-चार वर्षे मुंबईस होते. ती परीक्षा पास झाल्यानंतर त्यांनी खानदेशात बरीच वर्षे वकिलीचे काम केले. पुढे काही दिवसांनी त्यांचा मुनसफीचा नंबर आल्यावर त्यांनी मुनसफीची नोकरी पत्करली. केशवरावांनी जरी सरकारी चाकरी धरली होती तरी त्या चाकरीमुळे त्यांची स्वदेशभक्ती तिळभरही कमी झाली नव्हती. ते नेहमी इंग्रजी व मराठी वर्तमानपत्रे वाचीत असत. त्यामुळे आपल्या देशाचे आणि देशबांधवांचे कसकसे हाल होत आहेत, याबद्दलची साद्यंत हकिकत त्यांना नेहमी अवगत असे व आपल्या देशाच्या अत्यंत कष्टमय स्थितीचे चित्र त्यांच्या डोळ्यांपुढे रात्रंदिवस असे. स्वदेशाच्या सद्य:स्थितीचे विचार त्यांच्या मनात नाहीत असा एक क्षणही गेला नाही. ते सुग्रास अन्न जेवीत असताना, दुष्काळाने उपाशी मरणारे लोक त्यांच्या डोळ्यांपुढे दिसत व त्यामुळे त्यांना जेवण गोड लागत नसे. ते मऊ बिछान्यावर निजले असताना घरादारावाचून आणि वस्त्रावाचून उघड्या हवेत थंडीने कुडकुडणाऱ्या लोकांची त्यांना आठवण होई व त्यामुळे त्यांना साऱ्या रात्रभर झोप येत नसे. ते कोर्टातील आपल्या न्यायाधीशाच्या खुर्चीवर अकरा वाजता येऊन बसले, म्हणजे त्या दुपारच्या वेळी उन्हातान्हातून काबाडकष्ट करणारे लोक आणि भाकरीच्या तुकड्यासाठी दारोदार हिंडणारे भिक्षेकरी, हे त्यांच्या डोळ्यांसमोर दिसू लागत व त्यामुळे त्यांना बराच वेळपर्यंत काही काही कामकाज सुचत नसे. आपल्या पगाराचे पाच रुपये मोजून घेताना, आपल्या निकालाने जे गरीब ऋणको दिवाणी तुरुंगात पडलेले असत व ज्यांची घरेदारे जप्त झालेली असत, त्यांची त्यांना आठवण येई व दिवाणी तुरुंगातील कैदी आणि जप्त झालेली घरे ही महिन्याच्या काठी दहा-पाच तरी मोकळी होत. पण ते कैदी आणि ती घरे ही ह्यांना कोण मोकळे करते, हे वादीला आणि प्रतिवादीला दोघांनाही क्वचितच माहीत असे. अशा रीतीने केशवराव सरकारची आणि देशाची दोघांचीही चाकरी बजावीत असता काही वर्षे लोटली. पुढे एकदा असा काही प्रसंग आला की, त्यामुळे केशवरावांच्या मनाला उपरती होऊन,

त्यांनी आपल्या चाकरीचा राजीनामा दिला व ते पुण्यात सुखवस्तू येऊन राहिले. केशवरावांची स्वदेशभक्ती दिवसेंदिवस दृढ होत चालली होती. पण त्यांची प्रकृती मात्र उलट अगदी क्षीण होत चालली होती म्हणून ते व्यायामाकरिता दररोज फिरायला गेले असता, मध्येच दमल्यामुळे ते एका स्वच्छ कातळावर विसावा घेण्यासाठी बसले. त्याच्या पलीकडून एक लहानसा ओढा वाहत होता. व त्याच्या पलीकडे काही गाई आणि वासरे चरायला लावून एक गोवारी आपले अलगूज वाजवीत झाडाखाली बसला होता व समोरून डेक्कन कॉलेजची उंच शिखरे धुक्यामधून अंधूक अंधूक दिसत होती. त्याजकडे केशवरावांचे लक्ष गेले. ती शिखरे पाहून केशवरावांना पूर्वीची आठवण झाली. त्यांची राहण्याची खोली त्यांना दिसू लागली. त्यांचे कॉलेजातील सोबती त्यांच्या डोळ्यांपुढे उभे राहिले व त्या वेळची स्थिती आपण आता अनुभवीत आहो असा त्यांना क्षणभर भास झाला. तरी ती स्थितीच त्यांच्या डोळ्यांपुढे फार वेळ राहिली नाही. त्या वेळच्या स्थितीवरून हल्लीच्या स्थितीची त्यांना आठवण झाली. हल्ली आपल्या लोकांचे होत असलेले हाल त्यांच्या डोळ्यांपुढे प्रत्यक्ष दिसू लागले. आपल्या लोकांची हल्लीची दीन, हीन आणि परावलंबी अवस्था त्यांच्या मनाला विंचवासारखी चावू लागली व आपल्या लोकांच्या हल्लीच्या दारिद्र्यामुळे त्यांना दाही दिशा उदास भासू लागल्या. असे विचार मनात येऊन त्यांचा कंठ दाटून आला व डोळे पाण्यात भरून आले व अशा स्थितीत त्यांच्या मनात पुढील विचार आले :-

'माझ्या लोकांच्या दुःस्थितीबद्दल मलाच इतके वाईट का वाटत आहे? तो पलीकडच्या झाडाखाली बसलेला गोवारी आपल्या गाई खडकावर चरायला सोडून देऊन आपली व आपल्या गाईंची करमणूक करण्याकरिता आपले अलगूज वाजवीत आहे. तो माझ्या देशातीलच नव्हे काय? त्याचा आणि माझा - आमचा - दोघांचाही - जन्म या हिंदुस्थान देशातच झालेला नाही काय? आणि मी ज्यांना आपले देशबांधव म्हणून समजतो ते याचेही देशबांधव नाहीत काय? पण हे हिंदुस्थानातील लोक जितके माझे देशबांधव आहेत, तितकेच ते याचेही आहेत. तर मग या देशबांधवांच्या दैन्यावस्थेकरिता का मी दुःखाने रडत बसावे आणि याने मजेने अलगूज वाजवीत बसावे, असे का? असे का होते? याचे कारण काय?'

असे म्हणून केशवरावांनी आपली शून्य दृष्टी चोहोकडे फिरवली. इतक्यात धुक्यामधून अंधूक अंधूक दिसणाऱ्या कॉलेजच्या शिखरांकडे त्यांची दृष्टी गेली. त्याबरोबर त्यांच्या तोंडातून पुढील उद्गार निघाले :-

'याचे कारण हे कॉलेज! माझ्या देशातील लोकांच्या दुःस्थितीबद्दल मी कष्टी का आणि हा निष्काळजी का याचे कारण हे कॉलेज! माझ्या देशातील लोकांच्या पेट्यातून पैसे नसले म्हणजे माझ्या पेटीत असलेले पैसे नाहीसे होतात असे नाही,

मग मी त्यांच्या दारिद्र्यासाठी का रडावे? आणि माझ्या देशातील लोक अन्नावाचून उपाशी मरत असले म्हणजे माझ्यापुढे वाढून येणाऱ्या ताटातील पक्वान्ने काही कमी होतात असे नाही. मग मी त्यांच्या उपासमारीसाठी का कळवळावे? अशी वास्तविक स्थिती असता मी मात्र त्यांच्यासाठी रडतो आणि कळवळतो आणि हा खुशाल मजेने अलगूज वाजवीत बसतो, हा काय न्याय झाला? पण हा सगळा फरक या कॉलेजाने उत्पन्न केला आहे. मी जर १५ वर्षांच्या पूर्वी या कॉलेजात पाऊल ठेविले नसते तर आज मीही याच्याचसारखा दुसऱ्या एखाद्या झाडाखाली गाई चारीत आणि अलगूज वाजवीत सुखाने बसलो असतो व तेथील गवत सरले असते, तर मी आपल्या गाई घेऊन दुसरीकडे गेलो असतो. ज्या दिवशी मी या कॉलेजात प्रथम गेलो तो दिवसच जर अजिबात उगवला नसता, तर आजचा हा दिवस उगवण्याच्या वेळी मला माझ्या दु:खमय स्थितीबद्दल पश्चात्ताप आणि या गोवाऱ्याच्या आनंदमय जीवनयात्रेबद्दल हेवा कधीही वाटला नसता! मला लहानपणी फारसे समजत नसे, त्यामुळे माझी मॅट्रिक्युलेशनची परीक्षा होण्याच्या आधीपासूनच मी कॉलेजबद्दल मनोराज्य करीत असे व मी कॉलेजमध्ये आलो तेव्हाही माझ्या मनात फार आशा होत्या. पण आता त्या आशांत काही अर्थ नाही अशी माझी खात्री होऊन गेलेली आहे. या कॉलेजमधून शिकून बाहेर पडलो म्हणजे मी अमुक करीन आणि तमुक करीन असे मला वाटत होते. मी आपल्या देशाच्या काहीतरी कामी येईन, मी आपल्या देशातील लोकांची दैन्यावस्था दूर करीन, मी आपला धर्म उत्कृष्टावस्थेला नेईन, अशा एक ना दोन, लक्षावधी महत्त्वाकांक्षा माझ्या मनात घोळत होत्या, पण या महत्त्वाकांक्षा कॉलेजमधल्या! कॉलेजमधल्या महत्त्वाकांक्षा आणि कॉलेजच्या बाहेरील जगामधील वस्तुस्थिती यांच्यात किती अंतर? पण या अंतराची त्या वेळी किंचितही कल्पना नसते. मी कॉलेजमधून बाहेर आलो आणि जगाचा अनुभव घेऊ लागलो, तेव्हा मला असे दिसून आले की, मला फारच थोडी स्वतंत्रता आहे व मला माझ्या देशाकरिता आणि देशबांधवांकरिता फारच थोड्या गोष्टी करता येण्यासारख्या आहेत. मी पाहिजे तर शाळेत पोरे हाकलू शकेन, एखादा बिनकिफायतीचा धंदा चालवू शकेन किंवा काँग्रेसमध्ये शब्दापुढे शब्द ठेवून काही वाक्ये बोलू शकेन, पण याच्या पलीकडे आपले ज्यात खरे हित आहे, अशी कोणतीही गोष्ट आज आपल्यापैकी कोणालाही करता येण्यासारखी नाही, अशी माझी पूर्ण खात्री होऊन चुकली. कॉलेजात असताना माझ्या पुष्कळ आशा होत्या, पण कॉलेजमधून बाहेर पडल्यावर मी काय केले? वकिलीचा धंदा करून मी गरीबगरिबांना नाडले आणि न्यायाधीश झाल्यावर मी सरकारचा तोंडपुजेपणा केला. याच्यापेक्षा आणखी मी काय केले? माझ्या वडलांना फार वाटत होते की, आपल्या मुलाने कॉलेजमध्ये जाऊन वरिष्ठ प्रतीचे शिक्षण संपादन करावे. बाबा, तुमच्या इच्छेप्रमाणे मी कॉलेजमध्ये

जाऊन शिकलो व काही दिवस तीनतीनशे रुपये पगारदेखील मिळविला. पण त्याचा काय उपयोग? स्वार्थ साधण्यासाठी मी कॉलेजमध्ये जाऊन शिकावे अशी बाबा तुमची कधीही इच्छा नसेल. पण कॉलेजमध्ये शिकून मी दुसऱ्यांचा अर्थ काय साधला आहे? माझ्या हातून कोणते देशकार्य झाले आहे? किंवा कोणत्या देशबंधूचे दुःख माझ्या हातून निवारण झालेले आहे? पण या गोष्टी कॉलेजातील शिक्षणाने सध्याच्या काळी होऊ शकतील अशी कल्पनाच मुळी चुकीची आहे. सध्याचा प्रसंगच असा आहे की, कोणी कोठेही शिकलेला असो, सर्वांचे हातपाय सारख्याच रीतीने बांधले गेलेले आहेत व ते त्यांना काही नियमित मर्यादेपर्यंतच हलविता येतात; त्याच्या पलीकडे त्यांना काहीएक करता येत नाही. अशी स्थिती असल्यामुळे या कॉलेजच्या शिक्षणापासून काही तादृश फायदा होणे तर लांबच राहिले, पण उलट एक मोठा थोरला तोटा मात्र होतो.

आपल्या देशस्थितीबद्दल मला वाईट वाटते आणि हा गोवारी निष्काळजी आहे याचे मुख्य कारण हेच की, आपली, आपल्या देशाची, आपल्या लोकांची व आपल्या धर्माची काय दुर्दशा झाली आहे हे मला कळते आणि याला कळत नाही. याला सांप्रतच्या आपल्या वस्तुस्थितीचे ज्ञान नाही आणि मला आहे. यामुळे हा सुखी आणि मी दुःखी असा आमच्यात फरक पडला आहे. याच्या चार गाई हेच याचे राज्य, रानातले कुरण हाच याचा देश, याचे झोपडे हाच याचा राजवाडा आणि गाई व वासरे हीच याची संपत्ती! याची दृष्टी फार आकुंचित आहे आणि याचे क्षितिज अतिशय मर्यादित आहे. म्हणून हा भाग्यवान गोवारी सुखी आहे. परंतु माझी तशी स्थिती नाही. या कॉलेजाने माझी दृष्टी विस्तृत केली आणि माझे क्षितिज अमर्याद केले. मीही या गोवाऱ्याप्रमाणे माझे कुरण हाच माझा देश आणि माझी गाई-वासरे हीच माझी संपत्ती असे मानले असते. पण हे कॉलेजाने माझ्या ठिकाणी आता अशक्य करून ठेविले आहे. ते सुख या कॉलेजाने माझ्यापासून हिरावून घेतले. त्याने मला शिकविले की, गंगोत्रीपासून कन्याकुमारीपर्यंतचा सर्व हिंदुस्थान देश हा तुझाच आहे. याने मला सांगितले की, या हिंदुस्थान देशात अपार संपत्ती पूर्वी होती व अजूनही आहे व ती सर्व तुझी आहे. या गोष्टी त्याने मला सांगितल्या नसत्या तर आज मला जे सूर्यप्रकाशाचे दिवस मेघाच्छादित वाटत आहेत आणि ज्या चांदण्याच्या रात्री अंधकारमय वाटत आहेत, त्या तशा का बरे वाटल्या असत्या! मी आपला वेळ अज्ञानाच्या सुखात मोठ्या आनंदाने घालविला असता! पण या कॉलेजाने आणि कॉलेजातील ज्ञानाने माझ्या सुखात माती कालविली! याने मला या जगात विश्रांतीचे ठिकाण ठेविले नाही. तो गोवारी दिवसा पाहिजे त्या झाडाखाली आपले अलगूज वाजवीत बसू शकेल आणि रात्री पाहिजे त्या कातळावर झोप घेऊ शकेल. पण मला हे शक्य नाही. ज्या मैदानात मी हल्ली आहे, त्याचीच गोष्ट घेतली तरी जेथे तो गोवारी स्वस्थ बसला आहे, तेथील जागा

पाहून माझ्या मनात वादळावर वादळे उत्पन्न होत आहेत. येथेच पूर्वी पेशवाई होती. तेव्हा काही कामगिरीसाठी होळकरांना बोलविले म्हणजे त्यांच्या सैन्याचा तळ पडत असे! ज्या लढाईने पेशव्यांची पेशवाई बहुतेक नामशेष झाली, ती लढाई - खडकीची लढाई - याच्याच आसपास कोठेतरी लढली गेली असली पाहिजे! त्या लढाईत आशा अपरिपूर्ण राहून धारातीर्थी पडलेले शूर लोक कदाचित अजूनही येथे पिशाचरूपाने हिंडत असतील. त्यांची भयंकर स्वरूपे माझ्या डोळ्यांपुढे दिसतात, ती या गोवाऱ्याला कोठे दिसत आहेत? मी कोठेही जाऊन कोणतेही ठिकाण पाहिले तरी तेथील वैभव नाहीसे झालेले आणि तेथील संपत्ती लयाला गेलेलीच माझ्या दृष्टीस पडते. संपत्ती गेल्यामुळे उजाड झालेली गावे, ही सर्व मला या कॉलेजानेच दाखवून दिली. याने मला या गोष्टी सांगितल्या नसत्या, तर रायगड, पुणे, सातारा, विजापूर, आग्रा, दिल्ली या ठिकाणांतून पूर्वीचे दगड, विटा, चुना, लाकडे ही कायम असली तरी तेथून काहीतरी नाहीसे झाले आहे, असे मला कशाला वाटले असते? याने जर मला या गोष्टी सांगितल्या नसत्या, तर मी या ठिकाणी गेल्यावर शिवाजीची समाधी, शनिवारवाडा, अजिमताऱ्याचा किल्ला, गोलघुमट, ताजमहाल किंवा कुतुबमिनार पाहायला जाऊन तेथे डोळ्यांतून टिपे का बरे गाळली असती? इतर लोकांप्रमाणे मलाही तेथे जाऊन मजा मारता आली नसती काय? पण माझी सर्व मजा या कॉलेजने नाहीशी केली आहे! मी या कॉलेजवर एकदा अतिशय प्रीती करीत होतो. पण त्या वेळेला जर मला अशी कल्पना असती की, हेच कॉलेज पुढे माझ्या सर्व सुखात माती कालवणार आहे, तर मी याच्यावर कधीही प्रीती केली नसती. या कॉलेजातून विद्या मिळते व विद्या ईश्वराचाच अंश आहे हे सर्व खरे; परंतु विद्येची कृती ईश्वराच्या कृतीपेक्षा पुष्कळ कमतरपणाची! ईश्वर मनुष्याला डोळे आणि हात अशी दोन्हीही इंद्रिये देतो. पण विद्या मनुष्याला फक्त डोळेच देऊ शकते. याच्यापेक्षा जास्त ती देऊ शकत नाही आणि हेच तर वाईट! याच्यापेक्षा डोळे नसलेले बरे. टँटॅलस म्हणून एक लिडियाचा राजा होता. याला काही अपराधाबद्दल अशी शिक्षा करण्यात आली होती की, त्याच्या हनुवटीपर्यंत त्याला पाण्यात बुडवून ठेविले होते. परंतु तहान लागली, तर त्याला ते पाणी पिता येणे शक्य नव्हते. त्याला ते पाणी डोळ्यांनी दिसत असे, पण हाताने घेऊन तोंडात घालता येत नव्हते. याच्यापेक्षा ते पाणी डोळ्यांनी न दिसते, तर टँटॅलसची तहान इतकी प्रक्षुब्ध झाली नसती. या कॉलेजातील ज्ञानाने, ज्यांनी ते संपादन केले आहे त्यांची अशाच प्रकारची स्थिती करून सोडली आहे. त्या ज्ञानाने दृष्टी उघडल्यामुळे सर्व बरे व वाईट, आपले व लोकांचे, हल्लीचे व पूर्वीचे त्यांना कळते; परंतु कळण्यापलीकडे दुसऱ्या काहीच रीतीने आपली अवस्था सुधारून घेता येत नाही अशी स्थिती आहे. अशा स्थितीत मला वाटते, ज्ञानी असण्यापेक्षा अज्ञानी असणे अधिक चांगले! आपल्याविरुद्ध उठलेल्या देवदूतांना देवाने नरकलोकात ढकलून दिले

त्या वेळेला त्या ठिकाणी थोडासा उजेड होता, पण त्या जागेतील भयंकरपणा किती आहे, हे त्या पतित झालेल्या देवदूतांना दिसावे एवढ्याच पुरता तो उजेड होता असे मिल्टनने वर्णन केलेले आहे. त्या प्रकारचीच आमच्या देशातील ज्ञानाची स्थिती आहे. आमच्या देशाची आणि आमच्या देशातील लोकांची अवस्था किती भयंकर आहे, हे समजण्यासाठीच आमचे ज्ञान आहे. 'दुःखसंवेदनायैव मयि चैतन्यमर्पितम्' हे जसे रामाने म्हटले आहे, तसेच मला वाटते मलाही असे म्हणता येईल की, 'दुःखसंवेदनायैव मयि विज्ञानमर्पितम्'. असले पंगू ज्ञान या कॉलेजाने मला दिले आणि त्याने धड मला या तीरावरही स्वस्थ अलगूज वाजवीत आणि गाई चारीत बसू दिले नाही आणि धड पलीकडच्या तीरावरही या जगातील स्पृहणीय व उन्नत स्थितीचा अनुभव घेण्यास मला नेले नाही, तर एखाद्या भोके पडलेल्या नावेप्रमाणे याने मला या दुःस्थितीच्या नदीत मध्यावर आणून सोडून दिले आहे. अशी या कॉलेजने माझी दुर्दशा करून टाकिली आहे. याने मला निरनिराळ्या वेळचे आणि निरनिराळ्या लोकांचे इतिहास वाचायला दिले. मला ते इतिहास वाचून काय करायचे होते? ते इतिहास न वाचलेले लोक जगात थोडे आहेत काय? त्यातलाच मी एक झालो असतो, पण निदान रात्रीची मला सुखाची झोप तर लागली असती आणि आता सगळ्या जगाचा इतिहास माझ्या स्मृतीमध्ये साठविलेला असूनही माझ्या मनाला सुख म्हटले तर काडीइतकेही नाही. आपल्या देशातील पूर्वीचे इतिहास वाचून आपले पूर्वज कसे होते आणि आपण त्यांच्या पोटी कसे निर्माण झालो, हे विचार मनात येऊन वाईट मात्र वाटायचे आणि दुसऱ्याच्या देशांतील हल्लीचे इतिहास वाचून हे लोक आपले घोडे पुढे ढकलण्यासाठी किती धडपडत आहेत आणि आपण आपल्या उन्नतीविषयी किती उदासीन आहो असे विचार मनात येऊन उद्वेग मात्र उत्पन्न व्हायचा. ते इतिहासज्ञान आपल्याला कशाला पाहिजे आहे? अरे गाई चारणाऱ्या गोवाऱ्या, अमेरिका इंग्रजांच्या अंमलापासून स्वतंत्र झाली, जर्मनीने फ्रान्सला एकदा पादाक्रांत केले होते किंवा राघोबादादांनी अटकेवर झेंडे लाविले, या गोष्टी तुला माहीत नाहीत, म्हणून तुझी न्याहरीची भाकरी तुझ्या जिभेला कडसर लागते काय? नाही. मग तुला हा इतिहास माहीत नाही म्हणून तुझे काय वाईट झाले आहे? आणि तो मला माहीत आहे म्हणून मी तुझ्यापेक्षा अधिक काय कमावले आहे? उलट मी आपल्या मनाची शांती मात्र त्याच्या योगाने घालवून बसलो आहे. ती माझी मानसिक शांती मला कोणी परत देईल काय? अरे सुखात कालक्रमणा करणाऱ्या गोवाऱ्या, तुझ्या माझ्या स्थितीची आपण अदलाबदल करू, येतोस काय? पण छे छे! तुला असे फसवून उपयोगी नाही. माझ्या या बाह्यात्कारी डामडौलाला भुलून तू कदाचित फसशील. माझे हे बूट, ही पाटलोण, हा कोट, ही पगडी ही सर्व बाहेरून तुला मोहक दिसत आहेत, पण यांच्या आत सारे दुःखच भरलेले आहे. ज्या कॉलेजाने मला ते दुःखोत्पादक ज्ञान दिले, त्यानेच हा मला दुःखमय पोशाख

दिलेला आहे! यात सुख नाही. तेव्हा तुझी स्थिती तुझ्यापासून घेऊन तुला तुझ्या दु:खात टाकणे मला बरोबर दिसत नाही. हे ज्ञानजन्य दु:ख माझे मलाच सहन केले पाहिजे. दुसरा उपाय नाही! या गोवाऱ्याची स्थिती मला स्पृहणीय वाटते. पण ती मला प्राप्त व्हावी कशी? या कॉलेजाने मला दिलेले ज्ञान माझ्यातून नाहीसे झाल्यावाचून मला त्याच्यासारखे सुख कसे प्राप्त होणार? हे दु:खजनक ज्ञान मी विसरून जाईन तर बरे! पण मी घोकलेले इतिहास आता विसरणार कसे? ग्रीक लोकांच्या पुराणांत एक नदी वर्णिलेली आहे. तिचे पाणी प्याले असता मागील सर्व स्मृती नष्ट होते म्हणून म्हणतात. तसल्या एखाद्या नदीच्या पाण्याने जर हे सगळे ज्ञान विसरून जाईल तर किती बरे चांगले होईल! या कॉलेजाच्या ज्ञानाने आम्हाला नास्तिक आणि धर्मभ्रष्ट मात्र केले आहे व दुसऱ्याची उन्नतावस्था आमच्या डोळ्यांपुढे मांडून ती संपादन करण्याच्या अशक्यतेमुळे आमच्या मनात त्याने निराशा मात्र उत्पन्न केली आहे. अशा प्रकारचे ज्ञान असल्यापेक्षा नसलेले बरे! व ज्ञानापेक्षा अज्ञानच बरे! डोळे आहेत, पण हात नाहीत आणि ज्ञान आहे, पण कर्तृत्वशक्ती नाही अशा स्थितीतले ते ज्ञान नुसते घेऊन काय करायचे आहे? जेथे अज्ञानातच सुख आहे, तेथे सज्ञान होणे म्हणजे मूर्खपणाच होय.''

अशा प्रकारचे विचार केशवरावजींच्या मनात चालले होते. तो सूर्य बराच वर आला. धुके पडलेले हळूहळू कमी होत जाऊन कॉलेजचे शिखर स्पष्ट दिसू लागले. त्या मैदानातील गवतावर पडलेल्या दहिवराच्या थेंबांवर सूर्यकिरण प्रतिबिंबित झाल्याच्या योगाने हा इंद्रनीलमण्यांचाच मळा पिकला आहे की काय असा भास होऊ लागला होता. तेथे जवळूनच जो ओढा वाहत होता, त्याच्या लहान लहान लाटांवर सूर्यबिंबाची अर्धवट प्रतिबिंबे चोहोकडे पडल्यामुळे हा रत्नखचित जमिनीचा भाग आहे की काय अशी शोभा दिसत होती व तो गोवारी आपल्या गाई घेऊन अलगूज वाजवीत घराकडे चालला होता. इतका उशीर झालेला पाहून केशवरावही घरी जाण्याकरता उठले. उठल्यानंतर केशवरावांनी डेक्कन कॉलेजच्या शिखरांकडे एकदा फिरून पाहिले. पण त्यासरशी त्यांच्या डोळ्यांतून अश्रू आले. ते पुसून त्यांनी आपली दृष्टी त्या गोवाऱ्याकडे आणि त्याच्या गाईकडे लाविली. काही वेळाने तो गोवारी आणि त्या गाई दिसेनाशा झाल्या तरी पण त्या गोवाऱ्याच्या अलगुजाचा शब्द ऐकू येत होता. तोच ऐकत केशवराव कितीतरी वेळ उभे राहिले. पण पुढे तोही ऐकू येईनासा झाला तेव्हा एक दु:खाचा सुस्कारा टाकून केशवरावांनी हळूहळू आपल्या घराकडे जाण्याची सुरुवात केली.

■

◈◈◈◈◈◈◈◈◈◈◈◈◈◈◈◈

एक नवीन कारखाना

◈◈◈◈◈◈◈◈◈◈◈◈◈◈◈◈

परिचय

'एक नवीन कारखाना' या शिवरामपंतांच्या निबंधात त्यांच्या उपहासशक्तीचा मोठा डौलदार आणि मर्मभेदक आविष्कार झाला आहे. तयार कपड्याप्रमाणे तयार सभ्य गृहस्थांचा माल भरपूर प्रमाणात निर्माण करणाऱ्या या कारखान्याचे वर्णन त्यांनी इतक्या बारकाईने केले आहे की, जणूकाही असा कारखाना अस्तित्वात आहे असेच वाचकाला वाटावे. इंग्रजी अमदानीत सुटाबुटासारख्या ऐटबाज पोशाखावर आणि तशाच प्रकारच्या बाह्य भपक्यावर मोठेपणा मिरविण्याची जी पद्धती रूढ झाली होती, तिचे या लेखातले विडंबन अत्यंत खुसखुशीत आहे. 'सभ्य गृहस्थाचा सभ्यपणा हा केवळ त्याच्या बाह्य स्वरूपावर अवलंबून असतो असा हल्लीचा सिद्धांत आहे आणि या सिद्धांतावरच आम्ही सभ्य मनुष्य तयार करायची रीत बसविलेली आहे' ही या लेखाची मध्यवर्ती कल्पना असून, तिच्या अनुषंगाने लेखकाने 'न्हावी आणि शिंपी नसते तर सभ्य गृहस्थ नसते', 'अलीकडे पदव्या फार सवंग झाल्या आहेत व त्या बहुधा अयोग्य माणसांच्याच वाट्याला येतात', 'त्या सभ्य गृहस्थाला तपासून पाहता मॅनेजरना असे दिसून आले की, त्याच्यामध्ये खरेपणा, नि:स्पृहपणा, स्पष्टवक्तेपणा, स्वाभिमान, स्वदेशभक्ती, इत्यादी पुष्कळच दोष राहिले होते. ते त्यांनी त्याच्या कानात फुंकर घालून घालून सर्व बाहेर काढले आणि मग त्याची गाडी जाऊ दिली', असले गुदगुल्या करणारे चिमटे काढले आहेत.

इंग्रजी राज्याबरोबर पोकळ पदव्यांचा हव्यास, पोशाखी मोठेपणाची हौस, इत्यादी दोष आपल्यातून जाण्याच्या बेतात असले तरी या लेखात शिवरामपंतांनी वर्णन केलेल्या कारखान्यासारख्या अजब कारखान्यांची संख्या आपल्या देशात कमी होण्याऐवजी वाढत असलेलीच दिसून येते. इकडे मागच्या दाराने काळा बाजार करून गरिबांच्या माना मुरगळायच्या आणि तिकडे व्यासपीठावर देशभक्त म्हणून मिरवायचे; जनतेचे सेवक अशा पाट्या गळ्यात लटकावून हिंडायचे आणि सेवावृत्तीला अवश्य असलेला कोणताही गुण संपादन न करता भोळ्या आणि आंधळ्या लोकांच्या जिवावर आत्मपूजेचा बाजार मांडायचा. इकडे धर्ममंदिरात सारी माणसे देवाची लेकरे आहेत असे महंताने, मौलवीने, पुराणिकाने किंवा पाद्र्याने आपल्या प्रवचनात उद्‌गार काढताच त्याच्या शब्दांना माना डोलवायच्या आणि तिथून बाहेर पडताच दैनंदिन व्यवहारात पावलोपावली माणसांना जनावराप्रमाणे वागवायचे. आपल्या गलिच्छ चैनीकरिता त्यांच्या तोंडचे घास काढून घ्यायचे - ही किंवा असली दृश्ये आपल्याभोवती आज सर्रास दिसत आहेत. नीती, प्रीती, भक्ती इत्यादी उच्च जीवनमूल्यांना सत्ता, संपत्ती, स्वार्थ, वगैरेपुढे आज नाक घासावे लागत आहे. बडे बडे मानले जाणारे लोक सैतानापाशी आपली सदसद्विवेकबुद्धी गहाण ठेवून निव्वळ शरीराने जगत आहेत - उपभोग हाच देव मानीत आहेत. ही स्थिती जोपर्यंत कायम आहे तोपर्यंत शिवरामपंतांच्या या लेखात सत्त्व फेकून देऊन फोलपटाचे स्तोम माजविणाऱ्या मानवतेचे जे दुःख वर्णन केलेले आहे त्याची बहुविध तीव्रता आपल्याला जणवत राहणारच!

एका बातमीपत्रातील पुढील मजकूर वाचकांस मनोरंजक वाटल्यावाचून राहणार नाही असे समजून तोच आज आम्ही आपल्या वाचकांपुढे मांडीत आहो.

'---- मला ते मुळीच खरे वाटेना. मी आपल्या मित्राच्या बोलण्यावर कधीच अविश्वास केला नव्हता. पण या कारखान्याच्या बाबतीत तो अगदी निव्वळ थाप मारतो आहे असे मला वाटले. काही केल्या माझी खात्री होईना. तेव्हा रामभाऊ मला म्हणाले, 'असे कशाला पाहिजे? तुम्ही प्रत्यक्ष तेथे जाऊन पाहा म्हणजे झाले.' ही गोष्ट मला पसंत पडली आणि मी तो कारखाना पाहण्यासाठी लागलीच निघालो.

रामभाऊंनी सांगितलेल्या खुणेप्रमाणे शोध करीत करीत मी सदर बाजारातून चाललो असता एकाएकी एक विस्तीर्ण आणि भव्य साइनबोर्ड (पाटी) माझ्या

दृष्टीस पडली. त्याच्यावर **'सभ्य गृहस्थ तयार करण्याचा कारखाना'** अशी अक्षरे कोरलेली होती. ती पाहून रामभाऊंनी थाप मारली नाही एवढी माझी खात्री झाली, पण ही पाटी लावणारे कारखानेवाले सभ्य गृहस्थ तयार करून देण्याविषयीची थाप मारीत नाहीत याबद्दल माझी खात्री होईना. तरी पण एकाएकी त्या कारखानेवाल्यांची काही लबाडी असावी असे मानण्याचेही मला धैर्य होईना. त्या साइनबोर्डकडे पाहून मी आश्चर्यचकित झालो आणि आपल्या मनात म्हटले, 'काय? या विसाव्या शतकात सभ्य गृहस्थ करण्याचीदेखील यंत्रे निघाली आहेत काय?' पण हे शक्य कसे होईल याबद्दल फिरून मनाला शंका वाटण्यास सुरुवात झाली. त्या शंकेचे समाधान सभ्य गृहस्थ तयार करण्याची यांत्रिक रचना आपण प्रत्यक्ष डोळ्याने पाहिल्यावाचून व्हायचे नाही असे समजून मी कारखान्यात जाण्याचा निश्चय केला.

कारखान्याच्या दरवाजाशी जातो तो मला एका खासगी संत्र्याने मज्जाव केला, तेव्हा रुप्याच्या एका वर्तुळाकृती लहानशा तुकड्यावर आपल्या राणी सरकारचे कोरलेले एक चित्र माझ्यापाशी होते ते मी त्याला नजर केले. त्याचा त्याने अतिशय राजनिष्ठेने आणि स्वामिभक्तीने स्वीकार केला व मज्जाव करतेवेळी रुंद केलेली छाती किंचित आकुंचित करून तो मला म्हणाला, ''येथे सभ्य गृहस्थ कसा बनविला जातो त्याची कृती पाहून ती कदाचित कोणी बाहेर फोडील म्हणून पाहिजे त्याला आत जाण्याची परवानगी नसते. याच कारखान्यात तयार होऊन गेलेले एक सभ्य गृहस्थ ++ नंबरच्या बंगल्यात राहतात. त्यांची चिठ्ठी आणल्यावाचून कोणाला आत सोडण्याचा हुकूम नाही. पण तुम्ही आत जा. काही हरकत नाही.'' सभ्य गृहस्थ बनविण्याच्या कारखान्याच्या दारावर असलेल्या या सभ्य गृहस्थाचे वर्तन पाहून मला फार आश्चर्य वाटले!

मी आत जाऊन पाहिले तेव्हा त्या कारखान्याचा अवाढव्यपणा पाहून तर मी अगदी थक्क झालो. कारखान्याचे काम फारच विस्तीर्ण होते. त्याच्या दोन बाजूला दोन मोठाले दरवाजे होते. एकातून कच्चा माल कारखान्यात येत असे व तेथील कृतीने त्याचा सभ्य गृहस्थ बनला म्हणजे तो गाडीत घालून दुसऱ्या दरवाजाने बाहेर पाठविण्यात येत असे. कापसाची बोंडे सुताच्या गिरणीतील यंत्रात गेली म्हणजे त्यांचे जसे सूत बाहेर पडते त्याप्रमाणे मी जर एखाद्या यंत्रात सापडलो तर सभ्य गृहस्थ होऊनच बाहेर पडेन अशी मला फार भीती वाटत होती. म्हणून मी बाहेरून बाहेरूनच प्रेक्षण करीत होतो, इतक्यात त्या कंपनीचा मुख्य मॅनेजर कोठे आसपास होता त्याची नजर माझ्यावर गेली, तेव्हा तो धावत मजजवळ येऊन म्हणाला, ''काय तात्या, तुम्हाला जंटलमन व्हायचे आहे काय?'' या प्रश्नाचे मी उत्तर देणार, इतक्यात कच्च्या मालाचे बोजे उचलून कारखान्यात नेऊन टाकण्याचे काम ज्यांच्याकडे होते असे चार-पाच कुली माझ्या जवळ येऊन मला उचलू लागले.

आता हे मला कोठल्या तरी इंजिनमध्ये नेऊन घालणार हे खास आणि आता सभ्य गृहस्थ होण्याचे आपल्या कपाळाचे काही केल्याने चुकत नाही, असे वाटून मी अगदी गयावया करू लागलो व त्या मॅनेजरच्या पाया पडून त्याला म्हटले की, 'मी सभ्य गृहस्थ होण्यासाठी आलो नाही, मला उचलून नेऊ पाहणाऱ्या या सभ्य गृहस्थांच्या हातून जर आपण माझी सुटका कराल तर आपले मजवर फार आभार होतील.' तो मॅनेजर सभ्य गृहस्थ होता. पण तो त्या कारखान्यात तयार झालेला नव्हता. तो घरगुती रीतीने तयार झालेला होता. म्हणून त्याला माझी करुणा आली व त्याने माझ्या भोवती जमलेल्या घाटी हमालांना दुसऱ्या कामाला जायला सांगितले. नंतर मी मॅनेजरसाहेबांस सांगितले की, 'मी स्वत: सभ्य गृहस्थ व्हायला आलो नाही; परंतु दुसरे लोक येथे सभ्य गृहस्थ कसे बनविण्यात येतात याची कृती जर पाहायला मिळेल तर ती पाहण्यासाठी मी येथे आलो आहे.' मॅनेजर म्हणाले, "चला, या माझ्या बरोबर. मी तुम्हाला सर्व गिरणी दाखवितो."

असे बोलून आम्ही दोघे चालू लागलो. मॅनेजरसाहेब फारच मोकळ्या मनाचे दिसले. म्हणून मी त्यांना आपल्या शंका स्पष्टपणे विचारण्यास सुरुवात केली. "माझी पहिली शंका अशी आहे की," मी विचारले, "यांत्रिक सामर्थ्याने सभ्य गृहस्थ कसा तयार करता येईल?" "का बरे?" ते म्हणाले, "ऑक्सिजन आणि हायड्रोजन यांच्यापासून पाणी होते असे आपल्याला कळल्यावर आपल्याला पाणी तयार करता यायचे नाही काय? साबणाचे किंवा सोडावॉटरचे घटकावयव काय आहेत हे कळले म्हणजे ज्याप्रमाणे त्यांचे त्यांचे कारखाने काढता येतात, त्याप्रमाणे सभ्य गृहस्थांचे घटकावयव कळल्यानंतर सभ्य गृहस्थ तयार करण्याचा कारखाना काढता येणे का शक्य नाही? कोणताही माल उत्तम प्रकारचा तयार होण्याला त्यात घटकद्रव्ये कोणकोणती असावी आणि ती कोणत्या प्रमाणाने असावी, हे कळणे फार जरुरीचे आहे व सभ्य गृहस्थ तयार करण्याच्या बाबतीत तर या गोष्टीकडे विशेष लक्ष द्यावे लागते व हे फार खर्चाचे काम आहे. ज्या ज्या संस्थांतून सभ्य गृहस्थांचा उपयोग करण्यात येतो त्या त्या सर्व ठिकाणी जाऊन सभ्य गृहस्थांच्या अंगी काय काय गुण असतात, हे बारकाईने पाहून त्यावरून आम्ही हल्लीची ही कृती ठरविली आहे. क्लबात आणि सभांत, घरी आणि कचेरीत, वादविवादाच्या बैठकीत आणि व्याख्यानाच्या ठिकाणी, मित्रमंडळीत आणि परकीय लोकांत, वेश्यागृहात आणि कलालाच्या दुकानात, नाटकगृहात आणि दरबारात, घरच्या मेजवान्यांत आणि वेटिंगरूममधील उपहारांत अशा अनेक प्रसंगी अनेक सभ्य गृहस्थांच्या अंगचे जे गुण आढळून येतात त्यावरून उत्तम रसायनशास्त्रवेत्त्यांकडून सभ्य गृहस्थामधील घटकावयव काय काय असावेत हे ठरवून घेऊन नंतर आम्ही हा कारखाना काढला आहे. आम्ही सुमारे तीस केमिस्ट्स मुद्दाम याच कामाकरिता पन्नास वर्षे कामावर लावले होते. त्यांनी पुष्कळ एक्सपेरिमेंट्स करून पाहिले. पहिल्याने

तर त्यांनी जे सभ्य गृहस्थ तयार केले होते, तो माल लोकांच्या अगदीच पसंतीस उतरेना. पुढे त्या केमिस्टस्ना असे आढळून आले की, सभ्य गृहस्थ तयार करण्याचा रांधा करताना त्यात स्वाभिमानाचा अर्क जास्त टाकला जातो, त्यामुळे भट्टी बिघडते. ही चूक लक्षात येऊन आमच्या रसायनशास्त्रवेत्त्यांनी त्याप्रमाणे दुरुस्ती केली. तरी पण जो माल तयार होई त्यात एक प्रकारचा चिवटपणा आणि कठीणपणा राहत असे; त्यामुळे आमच्या गिरणीतील सभ्य गृहस्थांचा खप मुंबईसारख्या मोठमोठ्या व्यापाराच्या शहरी मुळीच होत नसे. तेव्हा अतिशय मऊ सभ्य गृहस्थ बनविण्याकडे आमचे सारे लक्ष लागले व पुढे आम्ही कापूस, शेण, चिंध्या, पेंढा, लाकडाचा भुसा या द्रव्यांपासून आपला सभ्य गृहस्थ तयार करू लागलो. तेव्हा आमचा माल बाजारात जरासा पसंत पडू लागला व त्याचा थोडा जास्ती खपही होऊ लागला. त्यातही उत्तरोत्तर आमच्या रसायनशास्त्राच्या गुरुजींनी सुधारणा करून आजमितीला आमचा कारखाना इतक्या उदयाला आणून सोडला आहे की, आमच्या येथल्यासारखा जंटलमन दुसऱ्या कोठेच तयार होत नाही. एवढा वेळपर्यंत मी सांगितलेले शोध हे सभ्य गृहस्थाच्या अंत:स्थ रचनेबद्दल होत; परंतु त्याच्या बाह्य स्वरूपातही अलीकडे आम्ही पुष्कळ सुधारणा केल्या आहेत. पूर्वी अशी एक खोटी कल्पना प्रचलित झालेली होती की, सभ्य गृहस्थ हा मनुष्य आहे आणि त्याचा सभ्यपणा हा त्याच्या मनावर अवलंबून असतो. पण ही कल्पना हल्ली बहुतेक लयाला गेलेली आहे आणि सभ्यपणाचा मनाशी काही संबंध आहे असे जर हल्ली कोणी प्रतिपादन करील तर त्याची मूर्खांत गणना झाल्यावाचून राहणार नाही. सभ्य गृहस्थामध्ये मन हा पदार्थ घातलेला असतो असे कोणीही मानीत नाही. सभ्य गृहस्थाचा सभ्यपणा हा केवळ त्याच्या बाह्य स्वरूपावर अवलंबून असतो, असा हल्लीचा सिद्धांत आहे आणि या सिद्धांतावरच आम्ही सभ्य मनुष्य तयार करण्याची रीत बसविलेली आहे.''

या लांबलचक उत्तराने माझे फारसे समाधान झाले नाही. तरी पण दुसऱ्या शंकांचे समाधान करून घेण्याची मला विशेष उत्कंठा असल्यामुळे मी मॅनेजरसाहेबांस पुन्हा असे विचारले की, 'तुमच्या कारखान्याला कच्च्या मालाचा पुरवठा कसा होतो? कागदाच्या गिरणीला गवत, पेंढा व फाटके कागद लागतात; काचेच्या कारखान्याला फुटक्या काचा गोळा कराव्या लागतात व साखरेच्या कारखान्यासाठी गुरांची हाडके वेचावी लागतात. त्याप्रमाणे तुमच्या कारखान्यात जो कच्चा माल लागतो, तो तुम्ही कोठून पैदा करता?' यावर मॅनेजरनी उत्तर दिले की, 'कच्चा माल गोळा करण्यासाठी आम्हाला मुळीच बाहेर जावे लागत नाही. येथे आपल्या पायाने चालत आलेला कच्चा माल रोजच्या रोज तयार होऊन बाहेर कसा पडेल याचीच आम्हाला काळजी असते. इकडे पुष्कळ काम नेहमी आमच्याकडे कसे येते याचे कारण मी तुम्हाला सांगतो. अलीकडे सरकारने आपल्या पैशाच्या पिशवीचा गळा

अतिशय दाबून धरला आहे आणि किताबाच्या पिशवीचा दोरा अतिशय ढिला सोडला आहे; त्यामुळे सरकारपासून लोकांना फुकट पदव्या मात्र मिळतात; परंतु त्या पदव्यांची खरी योग्यता राखण्याला लागणारे पैसे सरकारातून मिळत नाहीत. त्यामुळे ज्याला ज्याला म्हणून पदवी मिळते, मग ती किती का क्षुल्लक असेना, त्याला त्याला कोरडा दिखाऊ भपका करावा असे वाटते. शिवाय आज चार वर्षे हिंदुस्थानात प्लेग असल्यामुळे प्लेगच्या वेळी युरोपियन अधिकाऱ्यांना पगार वाटून सरकारचे पैसे खर्च झाल्यामुळे सरकारने नेटिवांना बऱ्याच पदव्या दिल्या आहेत. शिवाय अशी एक गोष्ट आहे की, सरकारचा स्वतःच्या कर्तबगारीवर फार थोडा भरवसा असल्यामुळे की काय कोण जाणे, अलीकडे सरकारची जरा कोणी तरफदारी केली की, त्याला पदवी मिळाली म्हणून समजावेच. सरकार दुसऱ्याच्या पाठबळासाठी आणि स्तुतीसाठी इतके भुकेलेले पूर्वी कधीच नव्हते. त्यामुळे अलीकडे पदव्या फार सवंग झाल्या आहेत व त्या बहुधा अयोग्य मनुष्यांच्याच वाट्याला येत आहेत. ज्यांच्या अंगात मोठेपणाचे काहीदेखील गुण नसतात, पण ज्यांनी एखादेवेळी सहज कोठे एखादी गुप्त गोष्ट कोणाच्या कानात सांगितली असेल किंवा सरकारच्या वतीने एखादे पुस्तक लिहिले असेल किंवा प्लेगमध्ये सरकारचे फुकट आणि लोकांचे विकत काम केले असेल; ते एखादे दिवशी अंथरुणातून उठून जागे होऊन पाहतात तो त्यांना असे आढळून येते की, त्यांच्यापैकी कोणी रावबहादूर झाले आहेत, कोणी ऑनरेबल झाले आहेत, कोणी जे.पी. झाले आहेत व कोणी खानबहादूर झाले आहेत. अशाप्रकारे अयोग्य माणसांवर एकदम या पदव्यांचा बोजा येऊन पडला म्हणजे ते अगदी भांबावून जातात व आपल्याला सभ्य गृहस्थ झाले पाहिजे असे त्यांना वाटू लागते व ते सर्व लोक सभ्य गृहस्थ होण्यासाठी आमच्या कारखान्यात येतात. तेव्हा जोपर्यंत हिंदुस्थानात प्लेग आहे व इनॉक्युलेशन हा जोपर्यंत त्याचा उपाय म्हणून मानला जात आहे व त्यामुळे जोपर्यंत गचाळ आणि अयोग्य लोकांना पैशाच्या ऐवजी पदव्या मिळत आहेत, तोपर्यंत तरी निदान आमच्या गिरणीला कच्च्या मालाचा तोटा पडणार नाही अशी माझी समजूत आहे. मात्र सरकारच्या हस्ते आमच्या या कारखान्याला उत्तेजन मिळत आहे ही गोष्ट तुम्ही बाहेर फोडू नका. नाहीतर पैशाच्या अडचणीत सापडलेले सरकार आमच्या या कारखान्यावर एखादी नवीन 'ड्यूटी' मात्र बसवील. शिवाय आमच्या गिऱ्हाइकांचा आणखी एक वर्ग आहे. कोणाला कलेक्टरला भेटायचे असते, कोणाला कमिशनरकडे जायचे असते, कौन्सिलरांची गाठ घ्यायची असते, कोणाला लेव्हीला जायचे असते किंवा कोणाला बॉसचे बोलावणे असते. अशी हजारांची हजार कामे असतात व या नेटिवांना सभ्य गृहस्थांच्या चालीरीती माहीत नसल्यामुळे ते सर्व येथे येतात.''

अशा रीतीने बोलत चाललो असता आम्ही एका मोठ्या दालनामध्ये आलो.

तेथे कमीत कमी सात-आठशे शिंपी काम करीत असलेले मी पाहिले. ते पाहून मला मोठे आश्चर्य वाटले व सभ्य गृहस्थ तयार करण्याच्या कारखान्यात शिंप्याचे काय काम आणि काम असलेच तरी इतके शिंपी कशाला, म्हणून मी मॅनेजरसाहेबांना प्रश्न विचारला. तेव्हा ते म्हणाले, ''वा! हाच तर आमच्या कारखान्यातील मुख्य भाग! हा एक भाग आणि याशिवाय दुसरा एक भाग आहे. हे दोन भाग काय ते आमच्या कारखान्यात मुख्य!'' असे म्हणून त्यांनी मला माडीवरील एका भव्य दिवाणखान्यात नेले. तेथे चारी बाजूंनी आरसे लाविले होते व त्या दिवाणखान्यात ज्या खुर्च्या मांडलेल्या होत्या, त्यापैकी काहींवर कित्येक न्हावी बसलेले होते. त्यांच्याकडे बोट दाखवून मॅनेजर म्हणाले, ''हे पाहिलेत! या कारागिरांच्या हातून सभ्य गृहस्थ बनवला जातो व बाकी राहिलेला भाग तुम्ही नुकत्याच पाहिलेल्या शिंप्यांकडून पुरा केला जातो. किरकोळ कामासाठी दुसऱ्या कारागिरांची गरज लागते. पण मुख्यत्वेकरून सभ्य गृहस्थ हे न्हावी आणि शिंपी यांच्या कर्तबगारीचे फळ आहे. न्हावी सभ्य गृहस्थाचा चेहरा गुळगुळीत आणि सुंदर करतो आणि शिंपी सभ्य गृहस्थाच्या अंगच्या सर्व दुर्गुणांवर पांघरूण घालतो. अहाहा! देवाचे आपल्यावर किती उपकार आहेत की, त्याने न्हावी आणि शिंपी या दोन जिनसा निर्माण केल्या आहेत! आज न्हावी-शिंपी नसते तर सभ्य गृहस्थ नसते! आणि जेथे सभ्य गृहस्थ नाहीत ते शहर कसले? किंवा राष्ट्र कसले? जगात न्हावी आणि शिंपी नसते तर जगाची काय भयंकर स्थिती झाली असती? सगळ्यांच्या दाढीमिश्या वाढलेल्या आणि सगळे उघड्या अंगाने फिरणारे अशी स्थिती झाली असती!''

हे आमचे बोलणे चालले आहे इतक्यात काही हमालांनी एक खटारा भरून कच्चा माल आणल्याची वर्दी मॅनेजरास दिली. ती पोहोचताच ते व मी खाली आलो. खटाऱ्यामध्ये सभ्य गृहस्थ होण्यासाठी आलेले बरेच लोक एकावर एक आडवे तिडवे घातलेले होते व घोटाळा होऊ नये म्हणून प्रत्येकजण का सभ्य गृहस्थ होत आहे याबद्दल प्रत्येकाच्या गळ्यात एकेक चिठ्ठी अडकविलेली होती. ''या चिठ्ठ्यांचा उपयोग'' मॅनेजरने मला असे सांगितले, ''न्हाव्याच्या डिपार्टमेंटमध्ये फारसा होत नाही, कारण सगळ्यांची सारखीच हजामत करायची असते; परंतु शिंप्यांच्या दालनात यांची फार जरूर लागते! कारण रावसाहेब झाल्यामुळे जर कोणी सभ्य गृहस्थ होण्यास आला असेल तर त्याचा पोशाख निराळा, रावबहादूर झाल्यामुळे आला असेल तर त्याचा पोशाख निराळा, हायकोर्टाचा वकील म्हणून आला असेल तर त्याचा पोशाख निराळा, डॉक्टर म्हणून आला असेल तर पोशाख निराळा, जज असेल तर पोशाख निराळा आणि व्यापारी असेल तर पोशाख निराळा. सगळी खुबी काय ती पोशाखात आहे.''

अशा रीतीने मॅनेजरचे भाषण ऐकून सभ्य गृहस्थ करण्याच्या कृतीबद्दल मला

बरीच कल्पना आली व नंतर आम्ही दोघेजण जिकडून माल तयार होऊन बाहेर पडतो त्या दरवाजाकडे गेलो. सभ्य गृहस्थ तयार करण्याला अथपासून इतिपर्यंत लागणारे यच्चयावत सामान मॅनेजरनी आपल्या कंपाउंडमध्ये आणून ठेविले होते. बुटांची दुकाने, घड्याळांची दुकाने, हातरुमाल व त्याच्यावर शिंपडायची विलायती अत्तरे, हातात धरायच्या छड्या, गळ्यातली कॉलर व डोळ्यांवरील चश्मे या सर्वांची दुकाने, उत्तम ब्रँडीची दुकाने, फर्स्ट क्लास भाड्याच्या गाड्या व त्या गाड्यांवर पुढे-पाठीमागे बसणारे लिव्हरी घातलेले भाड्याचे नोकर. या सर्व जिनसांचे कारखाने पाहत पाहत आम्ही दरवाजापाशी येऊन पोहोचलो. त्या वेळी एक सभ्य गृहस्थ पूर्णपणे तयार होऊन गाडीत घालून बाहेर पाठविण्यात येत होता. त्याच्यात काहीतरी कमतरता राहिली आहे असे मॅनेजरच्या नजरेस येऊन त्यांनी ती गाडी थांबविली व त्या सभ्य गृहस्थाला तपासून पाहता मॅनेजरना असे दिसून आले की, त्यांच्यामध्ये खरेपणा, निःस्पृहपणा, स्पष्टवक्तेपणा, स्वाभिमान, स्वदेशभक्ती, इत्यादी पुष्कळच दोष राहिले होते. ते त्यांनी त्याच्या कानात फुंकर घालून घालून सर्व बाहेर काढले आणि मग त्याची गाडी जाऊ दिली. गाडी गेल्यावर मॅनेजर आपल्याशी पुटपुटले, ‘‘मूर्ख बेटा! ही घाण डोक्यात घेऊन हा कमिशनर साहेबांकडे चाकरी मागण्यासाठी जात होता! अशाने याला जागा मिळेल काय?’’ असे म्हणत त्याच्या डोक्यातून काढलेल्या खरेपणा, निःस्पृहपणा वगैरे जिनसांच्या मॅनेजरसाहेब पुड्या करू लागले. तेव्हा मी त्यांना विचारले, ‘‘याचा तुम्ही काय उपयोग करता?’’ तेव्हा ते म्हणाले, ‘‘हे जिन्नस आमच्या कारखान्यात मुळीच लागत नाहीत. याचा खप गरीबगुरीब लोकांत मात्र होतो.’’

यानंतर मॅनेजरनी मला त्या कारखान्यातील औषधी संग्रहालयात नेले व तेथे त्यांनी मला कित्येक चमत्कारिक औषधी दाखविल्या. स्तुतिपाठाच्या गोळ्यांची एक बाटली दाखवून मला ते म्हणाले, ‘‘यातील एक गोळी तोंडात धरून जर कोणी सभ्य गृहस्थ साहेबाकडे जाईल तर सबंध एक तासभर साहेबांची स्तुती करूनही आपल्याला थकवा आला आहे असे त्याला वाटायचे नाही व त्या गोळ्यांचा खप स्मारकाची वगैरे धामधूम कोठे चालली असली तर त्या वेळी अतिशय होतो’’, असेही त्यांनी मला सांगितले.

असेच आणखीही कित्येक चमत्कार त्यांनी मला सांगितले व दाखविले; परंतु यांत्रिक पद्धतीवर सभ्य गृहस्थ बनविता येणे शक्य आहे, या चमत्काराबद्दलचे मला सर्वांत अतिशय आश्चर्य वाटले व या नवीन शोधाने थक्क होऊन मॅनेजरसाहेबांची रजा घेऊन मी आपल्या घराकडे येण्यासाठी निघालो.

■

◇◇◇◇◇◇◇◇◇◇◇◇◇◇◇◇◇

गरिबांची उपासमार

◇◇◇◇◇◇◇◇◇◇◇◇◇◇◇◇◇

परिचय

राजकीय गुलामगिरीविरुद्ध शिवरामपंतांनी वारंवार पोटतिडकीने लिहिले आहे. विषय कोणताही असो, पारतंत्र्याविरुद्ध चीड उत्पन्न करणे हे त्यांच्या प्रत्येक लेखाचे पालुपदच आहे असे म्हणता येईल. त्यांच्या लेखनाचा मुख्य भाग अशा रीतीने बहुजनसमाजाच्या अंतःकरणातला सुप्त स्वातंत्र्य-स्फुलिंग फुलवून प्रज्वलित करण्यात खर्ची पडला असला, तरी राजकीय गुलामगिरीइतकीच सामाजिक विषमतेचीही त्यांना मनापासून चीड होती हे या लेखावरून दिसून येईल. समाजवादाच्या तत्त्वज्ञानाचा ओझरता परिचयसुद्धा ज्या वेळी सुशिक्षितांना झाला नव्हता अशा काळात हा निबंध लिहिला गेला आहे हे लक्षात घेतले म्हणजे त्यातील विचार किती समर्पक, सडेतोड आणि पुरोगामी आहेत याची यथार्थ कल्पना होते. शिवरामपंतांच्या वाग्विलासाच्या विविध छटाही या लेखात प्रतिबिंबित झाल्या आहेत. त्यात गोष्टींमुळे येणारा गोडवा आहे, कल्पकतेने रंगलेला जिव्हाळा आहे आणि चिमट्यापासून चाबकापर्यंतच्या उपहासाच्या सर्व तऱ्हा आहेत. स्वतःला सुधारक म्हणवून घेणाऱ्या आणि त्या कैफात, स्वतःच्या सुखसोयीत गुंग होऊन जाणाऱ्या लोकांचा त्यांनी अनेकदा अत्यंत कठोर उपहास केला असला तरी समता -विशेषतः आर्थिक समता- हाच खऱ्याखुऱ्या सामाजिक क्रांतीचा पाया आहे, या गोष्टीवर त्यांची श्रद्धा होती असे दिसते. 'इन्कमटॅक्स आणि सोशॅलिझम' या आपल्या लेखात ते म्हणतात, 'हे जे सोशॅलिझमचे तत्त्व वर सांगितले आहे ते युरोप खंडामध्ये

जरी अलीकडे विशेष प्रबल झाले असले तरी आपल्यामध्येही हे तत्त्व पूर्वीपासून प्रचलित आहे असे दिसते. महाभारतातील एका वचनात असे सांगितले आहे की, 'जे फक्त आपल्यासाठीच अन्न शिजवितात – म्हणजे देव, धर्म, अनाथ, अतिथी, अभ्यागत, इत्यादिकांकडे त्या अन्नातील काही भागाचा विनियोग न करता जे आपणच एकटे त्याजवर ताव मारतात ते पापाचे वाटेकरी होतात. आपले स्वत:चे पोट भरण्याला जितके अवश्य पाहिजे आहे तितक्यावरच काय ती प्रत्येकाची वास्तविक सत्ता होय.' अशा अर्थाचा श्लोक श्रीमद्‌भागवतामध्येही आहे. यापेक्षा अधिक द्रव्यावर जर कोणी आपली सत्ता चालवील तर त्याच्यावर त्याची खरी सत्ता नाही. ज्याच्यावर त्याची सत्ता नाही असे द्रव्य जर त्याच्यापाशी असले तर ते चोरीचे द्रव्य होय व ते चोरीचे द्रव्य बाळगणारा एका दृष्टीने चोर म्हणून जी योग्य शिक्षा असेल ती त्याला मिळणे अवश्य आहे.'

देशात संपत्ती नाही म्हणून देश भिकार होऊ शकतो किंवा देशात संपत्ती असूनही तिची योग्य वाटणी झालेली नसली म्हणजे देश भिकार होतो. उत्तर किंवा दक्षिण ध्रुवाकडील देश, मध्य आफ्रिकेतील देश आणि समुद्रातील काही खडकाळ बेटे येथे खरोखरच संपत्ती नसल्यामुळे ते प्रदेश कंगाल अवस्थेत पडलेले आहेत; परंतु पृथ्वीच्या पाठीवर काही असे हतभाग्य देश आहेत की, तेथे अपरंपार संपत्ती असूनही भिकार देशांत त्यांचा पहिला नंबर लागण्याची पाळी येते. महिन्यातून पंधरा दिवस अहोरात्र जागून, भ्रमण करून आणि श्रम करून चंद्राने अमृताचा साठा आपलेपाशी जमवून ठेवावा आणि देवांनी दुसऱ्या पंधरवड्यात चंद्राने जमवून ठेवलेले अमृत पिऊन फस्त करावे आणि क्षयरोगाने ग्रस्त झालेल्या चंद्राच्या हातापायांच्या काड्या करून सोडाव्या, हा प्रकार स्वर्गलोकातदेखील दिसून येतो. हाय! हाय! अधाशीपणाने आणि खादाडपणाने देवांनादेखील सोडले नाही आणि दुबळ्याने जमविलेल्या अन्नावर बलाढ्यांनी धाड घालण्याची वहिवाट आकाशातदेखील चालू आहे. मग माणसांना कशाला हसले पाहिजे? आकाशात जर अशा गोष्टी चालतात तर मग त्या जमिनीवर झाल्या तर त्यात नवल ते काय? चंद्रासारखीच पुष्कळ देशांतील लोकांची स्थिती होते. त्या देशातून अनिवार संपत्ती असते; परंतु तिचा दुरुपयोग होत असतो. यामुळे लाखो लोकांना उपाशी मरावे लागते. शेते चांगली पिकलेली असतात आणि त्यांची राखण करणारा शेतकरी भुकेने तळमळत असतो. गलबतावर धान्याच्या पोत्यांचे ढीगच्या ढीग पडलेले असतात आणि ती

पोती वाहणाऱ्या हमालाच्या पोटात भुकेने काहूर उसळून टाकिलेले असते. या सगळ्यांचे कारण काय? असे कशाने होते? याचे उत्तर संपत्तीची वाटणी बरोबर होत नाही हे होय. आधी सगळ्यांची पोटे भरल्यावाचून आपला पैसा चैनबाजीत उधळून टाकण्याचा कोणालाही अधिकार नाही आणि जो असे करतो तो परमेश्वराची आज्ञा मोडतो आणि हातात शस्त्र घेतल्यावाचूनही शेकडो गरिबांचे खून करतो आणि असले खून करणारे जागोजाग कितीतरी लोक सापडतात. हे जरी फाशी गेले नाहीत तरी त्यांच्या अधाशीपणामुळे सदोष मनुष्यवध झाले नाहीत असे कोण म्हणू शकेल? दुष्काळात अशा प्रकारचे खून अतिशय होतात. पण त्याबद्दल जबाबदार कोण? जे श्रीमंत खून करतात तेच न्यायासनावर बसून शिक्षा देणार. मग आपणच आपल्याला फाशीची शिक्षा करून घेणारा न्यायप्रिय मनुष्य या जगात कोण सापडणार? दुष्काळ ईश्वरी क्षोभामुळे पडतो असे नाही, तर श्रीमंतांचा खादाडपणा आणि हावरेपणा हेही पुष्कळ अंशांनी त्याला कारणीभूत होतात. यंदाच्या अवर्षणामुळे हा भयंकर दुष्काळ आपल्यावर येऊन पडला आहे, अशा डोळ्यांत टिपे आणून आणि कंठ सद्गदित करून, पण एकीकडे अजीर्णाची ढेकर देत श्रीमंत लोक गरिबांना बाता मारीत असतात. पण श्रीमंतांनी गरिबांची दरसाल घरे धुऊन नेऊन आपली घरे भरून ठेविली नसती तर एक वर्षी पाऊस न पडल्याबरोबर उपाशी मरण्याचा प्रसंग गरिबांवर खास आला नसता. श्रीमंत आपले अवगुण झाकण्यासाठी देवावरदेखील दोष लादण्याला मागेपुढे पाहात नाहीत व त्यासाठी ते वाटतील तशा युक्त्या करतात. आपला देश दिवसेंदिवस सधन होत चालला आहे अशा कल्पना लोकांच्या मनात भरवून देण्याचा त्यांचा नेहमी प्रयत्न चाललेला असतो. यासाठी किती कोष्टके तयार होत असतात, किती आकडे भरण्यात येत असतात आणि किती कागद खर्च होत असतात याची गणती नाही. गरीब लोकांच्या डोळ्यांत धूळ टाकण्यासाठी किती कारकून लोकांना आपली डोळेफोड करून घ्यावी लागत आहे! आणि अर्धपोटी तळमळत पडणाऱ्या लोकांना आपला देश उत्तरोत्तर सधन होत चालला आहे हे निदान समाधान तरी वाटण्यासाठी जगात किती नोकर लोकांच्या माना टिपणे लिहून लिहून दुखू लागल्या असतील? ठीक आहे. श्रीमंतांनो, चालू द्या हे उद्योग. तुमचे धंदे फार स्तुत्य आहेत. पाहा, याच्या योगाने गरीब फसले तर! नाहीतर दुसरी युक्ती. पण अशा युक्त्या किती चालणार आणि त्या मनुष्यापुढे चालल्या तरी देवापुढे कशा चालतील? देव तुमच्या कागदावर काय लिहिलेले आहे हे पाहत बसणार नाही. तुमच्या अंतःकरणात काय लिहिले आहे, ते पाहील आणि त्याच्यापासून तुम्ही आपले अंतःकरण कसे दडवून ठेवाल? आणि मनुष्येदेखील तुमच्या या आकड्यांनी आणि वितंडवादांनी फसतीलच असे नाही. पुष्कळ लोकांना तुमचे आकडेबिकडे काही समजत नाहीत. पण आपण उपाशी आहो एवढे मात्र

समजते. खोल गेलेले डोळे, खळगे पडलेले गाल आणि भकाळ्या पडलेली पोटे, ही जुलमाची रात्रंदिवस साक्ष देत असता यांच्यापुढे तुमच्या आकड्यांचे काय तेज पाडणार आहे? तुमचे आकडे खरेच आहेत असे घटकाभर मानले तरी गरिबांची उपासमार आणि दुर्दशा हे चालतेबोलते आणि साऱ्यांना दिसणारे आणि समजणारे जे आकडे तुमच्या कागाळ्या लोकांच्या नजरेस आणून देत आहेत, ते खोटे कोणाच्याने म्हणवणार आहेत? धावता धावतादेखील वाचता येण्यासारखे हे आकडे साऱ्या जगभर रस्त्यातून उघडे पडलेले आणि झोपड्यांतून कण्हत असलेले पाहून कोण शहाणा तुमच्या आकड्यांवर विश्वास ठेवणार आहे? इतके लोक उपाशी मरत असताना तुम्ही म्हणता, आपले राष्ट्र अधिक श्रीमंत होत चालले आहे, हे कोणाला खरे वाटणार? तुमच्या पेट्यांतून पैसे फार झाले आहेत हे राष्ट्राच्या श्रीमंतीचे लक्षण होय असे तुम्ही जर समजत असाल तर खुशाल समजा. पण साधारण लोक असे समजत नाहीत व श्रीमंत होत चाललेल्या राष्ट्रात राहून उपाशी मरण्यात त्यांना मोठा अभिमान वाटतो असेही नाही. तसेच हल्ली जगातील राष्ट्रांतून धर्मशिक्षणाकडे विशेष लक्ष दिले जात असल्यामुळे लोकांची धर्मश्रद्धा विशेष वाढली आहे असेही प्रतिपादन करण्यात येत असते. पण आपल्या भोवती हजारो लोक अन्नासाठी पटापट प्राण टाकीत असतानाही ज्यांच्या घृतकुल्यात आणि मधुकुल्यात तिळमात्र कमी होता कामा नये असे लोक ज्या राष्ट्रात आहेत, ते राष्ट्र धार्मिक आहे असे कोण म्हणेल? धर्मासाठी लढाया करून लोकांचे गळे कापले आणि राज्यात स्वाहाकार केला म्हणजे राष्ट्र धार्मिक होते असे नाही. गगनचुंबित शिखरांची देवालये आणि प्रार्थनालये बांधली म्हणजे राष्ट्र धार्मिक होते असे नव्हे. धर्माधिकाऱ्यांना मोठमोठे पगार देत असले म्हणजे राष्ट्रातील धार्मिकपणा वाढतो असे नाही किंवा इतर धर्मांतील मनुष्यकोटी सोडून ख्रिस्ताच्या कळपातील मेंढरे होऊन राहणारांची संख्या अधिक वाढली म्हणजे राष्ट्रातील धार्मिकपणा वाढला असे नाही. गरिबांची सोय लागत नाही त्या राष्ट्रात कसला धार्मिकपणा आला आहे? गरिबांची उपासमार झाल्याने राष्ट्राला एक विशेष महत्त्वाचा तोटा सोसावा लागतो व तिकडे श्रीमंत लोकांचे बहुधा लक्ष जात नाही. सरकार देशाचे रक्षण करण्यासाठी लाखो रुपये खर्च करीत असते, समुद्रावर आरमार ठेविते आणि जमिनीवर किल्ले बांधिते. पण ही सर्व संरक्षणाची साधने दारिद्र्याने गांजलेल्या देशात निष्फळ आहेत. नुसत्या आरमारात आणि किल्ल्यांत काही शक्ती नसते. शक्ती मनुष्याच्या अंगात असते. त्या आरमारावरील किंवा किल्ल्यांतील शिपाई जर सशक्त असतील तर त्या राष्ट्राला खरी मजबुती. नाहीतर त्याचे संरक्षण व्हावे कसे? पण जे पुढे शिपाईगिरीची कामे करणार तेच गरिबांचे मुलगे जर लहानपणी अन्नासाठी वाळलेले असले तर पुढे राष्ट्राचा पाया त्यांच्या मनगटावर डळमळल्याशिवाय उभा राहावा

कसा? सरकारच्या पलटणीत गेल्यावर पोटभर खायला मिळेल हे खरे, तरी पण हाडापेरांची वाढ लहानपणी अन्नाच्या अभावामळे खुंटली असली तर मग तसल्या कमकुवत आणि पोचट शिपायांचा काय उपयोग? तेव्हा सरहद्दीवरील सुरक्षितपणासाठी तिजोऱ्या रिकाम्या करणारांनी आपल्या राष्ट्रातील गरिबांना पोटभर खायला मिळते किंवा नाही इकडे विशेष लक्ष दिल्यास त्यापासून परिणामी अधिक फायदा होण्याचा संभव आहे.

गरीब लोकांना पोटभर खायला मिळत नाही म्हणून त्यांची उपासमार होते, वगैरे गोष्टींचे विवेचन मागील अंकी केलेच आहे. पण श्रीमंतांच्या अधाशीपणामुळे गरिबांची फक्त शारीरिकच उपासमार होते तर त्यातही फारसे काही नव्हते; परंतु याहीपेक्षा भयंकर परिणाम गरिबांना सोसावे लागतात. शरीराची उपासमार झालेली एक वेळ चालेल. पण मनाला अवश्य लागणारे शिक्षण त्यांना मिळणे फार जरूर आहे. पण ते मिळते आहे कोठे? गरीब लोक अशिक्षित आणि उपाशी राहत असताही आपल्या पेट्या पैशांनी भरून ठेवणाऱ्या श्रीमंतांना आपल्या डोक्यावर काय काय जबाबदारी आहे हे मुळीच समजत नसते व तिकडे ते कधी लक्षही देत नाहीत. यदाकदाचित चुकून त्यांचे लक्ष या प्रश्नाकडे गेले तरी त्यांचा उद्दामपणाचा जबाब तयार असतोच. गरिबाने काम करावे आणि आपले पोट भरावे. त्याने दिवसभर काम केले तर त्याला दीड आण्याची मजुरी कोणीही देईल आणि दीड आणा काही थोडा झाला नाही. थोडा झाला नाही खराच! गरिबाला नाच-तमाशे, दारूबाजी असल्या गोष्टींत पैसे उधळायचे नसतात. म्हणून तो कसातरी तेवढ्यात आपला उदरनिर्वाह करील ही गोष्ट वेगळी. पण आपल्याला बरोबर पाच हजाराचे पेन्शन मिळावे किंवा हुंडणावळीच्या दरात फेरफार झाल्याबरोबर आपणाला कॉम्पेन्सेशन मिळावे म्हणून धडपड करणाऱ्या लोकांना जर असे म्हटले तर ते किती सयुक्तिक आहे बरे? ज्यांना रोज शंभर रुपये पगार मिळत असूनही तेवढा रोजच्या खर्चाला पुरत नाही, त्यांनी 'दीड आणा काही थोडा झाला नाही' असे म्हणणे अगदी विसंगत दिसते. संपत्तीच्या मदात श्रीमंत मनुष्य पाहिजे तसे बोलतो; परंतु तो असा विचार करीत नाही की, दीड आण्याच्या पैशांत त्या गरिबाने काय करावे, त्याने काय खावे आणि आपल्या बायकोमुलांना काय खायला द्यावे? त्याला काही कपडालत्ता नको काय? तो त्याने कशातून करावा? तो कधी आजारी पडला आणि त्या दिवशी त्याला दीड आणाच का होईना, पण तोही मिळाला नाही तर मग त्याने कोठला आणावा? या प्रसंगासाठी त्याला काही संचय करून ठेवणे जरूर नाही काय? पण दीड आण्याच्या पैशांतून हे सगळे व्हावे कसे? तरी पण श्रीमंत मनुष्य म्हणतच असतो की, दीड आणा काही थोडा झाला नाही. पण श्रीमंतापाशी पैसा असला म्हणजे अक्कल असतेच असे नाही. श्रीमंताचे दुसरे असे एक म्हणणे असते की,

लोक गरीब होतात ते आपल्या अंगच्या दुर्गुणांमुळे होतात; परंतु असल्या प्रकारच्या सर्व म्हणण्यातली खुबी अशी असते की, कोणीकडून तरी गरिबाला एखादा पैसा दान करण्याचा प्रसंग आपणावर गुदरला असता त्यातून निसटून जाण्याकरिता या युक्त्या योजिलेल्या असतात. कारण आपल्या अंगच्या कोणत्याही दुर्गुणाशिवाय केवळ दुर्दैवाने गरीब झालेले जे लोक आहेत त्यांची या श्रीमंत उदार महात्म्यांनी आणि कर्णाच्या पुतळ्यांनी आजपर्यंत काय दाद लाविली आहे? कसेतरी करून आपले कर्तव्य टाळून मोकळे व्हायचे हा सारा उद्देश असतो व त्या उद्देशाप्रमाणे हातून कृती घडते. सारांश, गरीब लोकांना अधिक गरीब करण्यापेक्षा इतर कामांत श्रीमंत लोकांकडून फारशी मदत होते असे नाही. दीड आण्यात गरिबांचे पोट भरत नाही हे तर आहेच; परंतु याहीपेक्षा अतिशय वाईट गोष्ट वर सांगितलेली होय की, गरिबांना अवश्य लागणारे मानसिक शिक्षणही मिळत नाही. त्यामुळे पुष्कळ वेळा गरिबांच्या हातून अन्याय घडतात. अन्यायाचा परिणाम वाईट ही गोष्ट शिक्षणाच्या अभावामुळे त्यांच्या मनावर बिंबलेली नसते व दुपारची वेळ आली म्हणजे घरात अन्न खायला नसते, अशा प्रसंगी मध्यान्ह काळची भूक मध्यरात्रीच्या धाडसाने शांत करण्यापेक्षा त्यांना दुसरा मार्गच दिसत नाही व ते गरीब लोक दारिद्र्याने इतके गांजलेले असतात की, त्यांच्या मनातील तुरुंगाची भीती अगदी नाहीशी होऊन गेलेली असते. तुरुंगाच्या बाहेर राहून उपभोगण्यासारखे सुख जगात त्यांच्यासाठी काही उरलेले नसते. श्रीमंत लोकांनी त्यांच्यापुढील अन्न ओढून नेल्यामुळे, त्यांची बायकापोरे उपाशी मरून गेली असल्याकारणाने मागचा काही पाश उरलेला नाही हे पाहून गरीब लोक मोठ्या आनंदाने तुरुंगात जायला तयार होतात. त्यांना घरी उपाशी मरावे लागते, पण तुरुंगात दोन तरी भाकऱ्या मिळतात. ज्या वीतभर घरात शंभर ठिकाणी गळत असायचे आणि ज्याच्या फाटक्या कुडांनी थंडीवाऱ्याचे निवारण व्हायचे नाही, अशा खोपटापेक्षा तुरुंग कोणाला चांगला वाटणार नाही? अहाहा! धन्य आहे त्या श्रीमंत लोकांची, की ज्यांच्या कृतीने गरिबांना तुरुंगदेखील प्रिय वाटू लागले. कित्येक देशांतील सरकारे गुन्हे ज्या प्रमाणाने अधिक वाढतील त्या प्रमाणाने पोलिसाचे शिपाई वाढवीत असतात; परंतु गुन्हे वाढण्याचे कारण काय या प्रश्नाचा विचार करण्याकडे कोणीही लक्ष देत नाही. नवीन पोलीस ठेवून जो खर्च वाढतो, तो फिरून लोकांच्याच डोक्यावर बसतो. त्यामुळे लोक अधिकाधिकच भिकारी होत जातात आणि सकृद्दर्शनी गुन्हे बंद करण्यासाठी म्हणून जो उपाय योजण्यात आलेला असतो, त्याच्याच योगाने अंशत: तरी गुन्हे वाढले जातात यात संशय नाही. पोलीस आणि पोलिसांवरील वरिष्ठ अधिकारी यांच्या पगारात जे पैसे खर्च होतात, त्यातला काही भाग जे केवळ पोटासाठी गुन्हे करतात अशा गरिबांच्या उदरनिर्वाहासाठी खर्च केला तर एकंदरीत किती फायदेशीर होणार आहे! गुन्हा

करायला लावून शिक्षा देण्यापेक्षा गुन्हा न होऊ देणे हे अधिक चांगले. जेथे आपल्या पोटच्या पोराला पोटभर खायला घालायला जवळ अन्न नसल्यामुळे आई आपल्या मुलाचा जीव घेण्याला उद्युक्त होते व अशा वेळीही त्या आईला तिच्या कर्माबद्दल शिक्षा होते, तेथे त्या न्यायाची तारीफ करावी किंवा तेथील श्रीमंत लोकांच्या सदयतेची तारीफ करावी हे सांगणे कठीण आहे. सारांश, गरिबांनी अन्याय केला म्हणजे त्याला शासन करण्याकडे श्रीमंतांची जितकी प्रवृत्ती असते, तितकी अन्यायाचे कारण जी गरिबी ती काढून टाकण्याकडे नसते व याचे कारणही अगदी साधे आहे. शिक्षा भोगायची असते दुसऱ्याला. ती तो भोगीना खुशाल बापडा. पण त्याची गरिबी काढून टाकायची म्हटले म्हणजे आपली पिशवी होणार रिकामी. एवढे कोणी सांगितले आहे? तेवढ्याच पैशांत वाटेल तितकी दारू पिता येईल, वाटेल तितके नाच-तमाशे करता येतील, वाटेल त्या मनुष्याला संतुष्ट करण्याइतका लाच देता येईल किंवा वाटेल ती पदवी विकत घेता येईल अशा विचारांच्या गर्दीत गरिबांच्या दैन्यावस्थेची दाद कसली लागते? पण नेहमीच असे करणे चांगले नाही. गरीब लोकांना पोटापुरते खायला मिळेल आणि जरूर लागणारे शिक्षण मिळेल, इतकी तरी व्यवस्था श्रीमंतांपासून होणे इष्ट आहे. काही देशांतून सरकारमार्फत गरिबांसाठी शाळा घालण्यात आल्या आहेत हे खरे, पण नुसत्या शाळा घालूनही काही उपयोग नाही. शरीराचे पोषण करणारे अन्न त्यांना मिळाल्यावाचून मनाचे पोषण करणारी विद्या त्यांना कशी गोड लागणार? कित्येक खेड्यांतून उपाशी मरणाऱ्या लोकांच्या शिक्षणासाठी शाळेच्या इमारती बरेच पैसे खर्च करून बांधलेल्या असतात व फारशी मुले जमली नाहीत तरी आपल्या कारखान्यांतून तयार होऊन शिल्लक पडल्यामुळे गंज चढलेल्यांपैकी एकेक मास्तरही त्या खेड्यावर लादण्यात येतो. पण त्या खेड्यातील लोकांचे जीव वाचावे याबद्दल तेथे ज्यांनी शाळा बांधल्या त्यांनी काय व्यवस्था केली आहे? दुपारच्या वेळी घासभर अन्न देण्याची सरकारने तेथे काही सोय केली आहे काय? शाळेतील मुले जर अर्धपोटी किंवा अगदी उपाशी शाळेत येतील, तर मास्तर त्यांना काय शिकवील? व मास्तरचा उपदेश मुलांच्या मनावर काय ठसणार? मुलांच्या हातापायांत शक्ती नसेल तर मास्तरच्या शिकविण्याने मुलांच्या मेंदूत शक्ती कोणाकडून येणार? तेव्हा खेड्याखेड्यांतून शाळा बांधू लागण्यापूर्वी त्या त्या खेड्यातील लोक उपाशी मरत नाहीत हे पाहणे फारच जरुरीचे आहे. गरीब लोकांसंबंधाने आणखीही अशी एक गोष्ट दृष्टोत्पत्तीस येते की, त्यांच्यापैकी बरेच लोक नेहमी आजारी असतात व याबद्दलसुद्धा त्यांनी श्रीमंत लोकांच्याच अधाशीपणाचे आभार मानले पाहिजेत. श्रीमंतांना सशक्त करण्यासाठी गरिबांना अशक्त राहावे लागते. श्रीमंतांचा धष्टपुष्टपणा हा गरिबांच्या क्षीणतेचे कारण आहे. आपल्या जवळचे चांगले चांगले अन्न श्रीमंतांच्या भरीस घालून

गरिबांना वाईटवाईट कसले तरी अन्न खावे लागते. आपल्या शेतात पिकविलेले आंबेमोहराचे तांदूळ श्रीमंतांनी उचलून नेले म्हणजे गरिबांना कित्येक प्रसंगी झाडांची मुळे, कांदे वगैरे पदार्थांवर आपली उपजीविका करावी लागते. याचा परिणाम असा होतो की, त्या लोकांची प्रकृती बिघडून ते वरचेवर आजारी पडतात. अशा वेळी श्रीमंतांपाशी मदत मागितली असता त्यांची ठरावीक उत्तरे लागलीच पुढे येतात. कोणी गरीब आजारी असेल तर त्याच्यासाठी दवाखाने बांधून ठेविले आहेत तेथे जावे आणि आपल्यापाशी खायला काही नसले तर तेथे जाऊन मरावे. आमचा त्यांच्याशी काय संबंध? तो आजारी पडला म्हणून आम्हाला त्याचा त्रास कशाला पाहिजे? अशा बेपर्वाईचे जबाब पुष्कळ वेळा ऐकण्यात येतात. हेही चांगले नव्हे. श्रीमंतांनो, आजारी पडलेला आणि उपाशी मरत असलेला गरीब मनुष्य हा तुमचा एक भाऊच आहे. तुम्हाला श्रीमंत करण्यासाठी तो गरीब झाला आहे. तुम्हाला बलिष्ट करण्यासाठी तो दुबळा झाला आहे. त्याचे पैसे तुमच्या खजिन्यात आहेत. तुमचा त्याचा काही संबंध नाही असे म्हणू नका. असे म्हणून चालायचे नाही. तुम्ही म्हटले तरी देव हे तुमचे म्हणणे ऐकणार नाही. तुमचा आणि गरिबांचा संबंध आहे किंवा नाही, हे तुम्हीच आपल्या मनात उमजा. गरिबांनी पुढे येऊन आपला संबंध सिद्ध करून दाखविण्याची वाट पाहू नका. गरिबांना देवाचे मोठे पाठबळ आहे. गरिबांपासून लुबाडून घेतलेल्या द्रव्यातून हजारो रुपये खर्च करून तयार केलेल्या तुमच्या बागबगिच्यांतून गरिबांना जाण्याची बंदी असली तरी परमेश्वराच्या या सृष्टिरूप बागेतील सर्व चमत्कार पाहण्याला गरिबांना परवानगी आहे. तुमचे मौल्यवान आणि सुंदर दिवे गरिबांना न मिळोत, पण तुमच्या दिव्यांपेक्षा शतपटीने अधिक चांगले असे सूर्य, चंद्र, नक्षत्रे हे दिवे देवाने गरिबांच्या तेलाचा खर्च न होता त्यांना उजेड मिळावा म्हणून मुद्दाम निर्माण केलेले आहेत. गरिबांना देवाचा आधार इहलोकी व परलोकी सारखाच आहे. प्रश्न काय तो तुमच्याबद्दलच. आपल्याजवळच्या संपत्तीचे ढीग पाहून तुम्हाला वाटते की, आपण मोठे परमेश्वराच्या मर्जीतले आहो; परंतु हा सर्व भ्रम आहे, हे लॅझॅरसच्या गोष्टीवरून अगदी स्पष्ट होते. पूर्वी कोणी एक अतिशय श्रीमंत मनुष्य होऊन गेला. तो दररोज अंगावर रेशमी वस्त्रे घेत असे आणि पंचपक्वान्नी जेवण जेवीत असे व त्याचे दाराशी एक लॅझॅरस नावाचा भिकारी पडलेला असे. पुढे लॅझॅरस मरण पावला तेव्हा देवदूतांनी त्याला स्वर्गलोकात अब्रहामजवळ नेले व तो श्रीमंत मनुष्य मेला तेव्हा तो नरकातील अग्निकुंडात जाऊन पडला. तेथे त्याने डोळे उघडून पाहिले तो लॅझॅरस अब्रहामच्या जवळ बसलेला त्याला दिसला. तेव्हा तो श्रीमंत ओरडून म्हणाला, ‘हे अब्रहाम, त्या लॅझॅरसला इकडे धाड. म्हणजे तो मला एक घोटभर पाणी तरी पाजील. माझी जीभ या आगीने अगदी करपून गेली आहे.’ तेव्हा अब्रहाम म्हणाला, ‘या लोकांतील मनुष्यांना नरक

लोकात येता यायचे नाही. तू मृत्युलोकी कर्मे केली आहेस त्याचे फळ तुला भोगिले पाहिजे.' तेव्हा तो श्रीमंत म्हणाला, 'बरे तर आता निदान माझ्यासारखे वागले तर मेल्यानंतर काय दुःखे भोगावी लागतात हे कळविण्याकरिता लॅझॅरसला मृत्युलोकी जाऊ दे. तेथे माझे आणखी पाच भाऊ आहेत.' परंतु अब्रहामने ती गोष्ट कबूल केली नाही. पण ती स्थिती सांगण्याकरिता अब्रहामने लॅझॅरसला त्या वेळी जरी खाली येऊ दिले नाही तरी अजून लॅझॅरस जर वर असेल आणि अब्रहाम त्याला परवानगी देईल तर फार चांगले होईल. कारण त्या श्रीमंत मनुष्याचे त्या वेळी फक्त पाचच भाऊ होते; परंतु हल्ली त्याच्या भावांची संख्या अतिशय वाढली आहे.

■

◆◆◆◆◆◆◆◆◆◆◆◆◆◆◆◆◆◆◆◆

स्वातंत्र्यवीर विल्यम टेल

◆◆◆◆◆◆◆◆◆◆◆◆◆◆◆◆◆◆◆◆

परिचय

शिवरामपंत स्वतंत्रता-देवीचे एकनिष्ठ भक्त होते. पारतंत्र्यात पिचत पडलेला आपला देश शक्य तितक्या लवकर स्वतंत्र व्हावा म्हणून जनतेच्या मनात स्वातंत्र्य-संपादनाची ज्योत प्रज्वलित करण्याचा त्यांनी अहर्निश प्रयत्न केला. स्वदेशातल्या प्रत्येक घटनेचा आणि प्रसंगांचा उपयोग त्यांनी जनमन चेतविण्याकरिताच केला. पण केवळ आपल्या देशातल्या पूर्वीच्या स्वातंत्र्याचे पोवाडे गाऊन आणि आपल्या आजच्या गुलामगिरीची निर्भर्त्सना करून ते स्वस्थ बसले नाहीत. परदेशातल्या स्वातंत्र्यवीरांची चरित्रे गाण्यात आणि तेथल्या रोमहर्षक चळवळीचे इतिहास वर्णन करण्यात त्यांची लेखणी नेहमीच रंगून जात असे. 'ग्रीस देश कसा स्वतंत्र झाला', 'स्वित्झर्लंडची स्वतंत्रता', इत्यादी लेखमाला त्यांनी मोठ्या तन्मयतेने लिहिल्या आहेत. 'स्वातंत्र्यवीर विल्यम टेल' हा लेख 'स्वित्झर्लंडची स्वतंत्रता' या मालेतला आहे. एका तेजस्वी देशभक्तीची ही अद्‌भुतरम्य कथा त्यांनी अत्यंत समरसतेने चित्रित केली आहे. स्वातंत्र्यवीरांचे पोवाडे गाताना यांच्या लेखणीला जणूकाही अग्नीचे तेज चढते. या दृष्टीने 'सेंट डॉमिनगोमधील एक रात्र' या लेखातले त्यांचे पुढील वर्णन वाचनीय आहे :-

'गोऱ्या वसाहतवाल्यांची अशी कल्पना होती की, निग्रो लोकांच्या पुढाऱ्याला ठार मारले म्हणजे त्यांना दहशत बसून ते पुढे काही एक करणार नाहीत; परंतु त्यांची ही कल्पना चुकली. एखादा मनुष्य दहशतीने वचकेल; परंतु सर्व माणसे सारख्याच दर्जाची

आहेत आणि सर्वांना स्वतंत्र होण्याचा सारखाच हक्क आहे, ही उदात्त तत्त्वे दहशतीने वचकण्यासारखी नाहीत. ज्या अंत:करणामध्ये निव्वळ पेंढाच भरला आहे ते अंत:करण जुलमी लोकांच्या असल्या उपायांनी भयग्रस्त होईल; परंतु समान हक्क आणि स्वतंत्रता यांची ही तत्त्वे ज्या अंत:करणात एकदा ठसली, ती अंत:करणे त्यांच्यापुढे जुलमाचा ब्रह्मराक्षसही मूर्तिमंत येऊन उभा राहिला तरी एक पाऊलभरसुद्धा मागे हटणार नाहीत. एका रात्रीमध्ये साठ हजार निग्रो लोक एकत्र गोळा झाले. अडाणी लोक! त्यांच्यापाशी सुधारलेली शस्त्रे वगैरे काही एक नव्हते. तरी पण गोऱ्या वसाहतवाल्या लोकांची उसांची आणि कॉफीची शेते ते ज्या हत्यारांनी लागवडीस आणीत असत, ती हत्यारे त्यांचेपाशी होती. ती त्यांनी एका हातात घेतली आणि दुसऱ्या हातात मशाली पाजळून घेतल्या. इतकी तयारी झाल्यानंतर सर्व लोक सारख्या दर्जाचे आहेत आणि सर्वांना स्वतंत्र होण्याचा हक्क आहे, या तत्त्वाची अंमलबजावणी करण्याकरिता ते निघाले. गोरे मळेवाले आणि वसाहतवाले यांनी या निग्रो लोकांवर शेकडो वर्षे जुलूम चालविला होता. त्यांच्या पापपुण्याचा निवाडा होण्याची वेळ त्या दिवशी आली. ते मळेवाले आणि वसाहतवाले आपल्यासारख्याच; परंतु अनाथ झालेल्या गरीब लोकांवर नानाप्रकारचे जुलूम करून आपल्या पापाचे घडे भरून काढण्यामध्ये शेकडो वर्षेपर्यंत गुंतले होते. ते त्यांचे पापाचे घडे त्या रात्री काठोकाठ भरून आले. त्या मळेवाल्यांनी त्या निग्रो गुलामांच्या मांसाचा चिखल आणि रक्ताचे पाणी एकत्र कालवून उत्तम रीतीने कमावलेल्या गुलामगिरीच्या जमिनीमध्ये जुलमाचा मळा तयार करून त्यात आपल्या बळजबरीच्या अंमलाचा जो वृक्ष लावला होता, त्याची शंभर वर्षे त्या वेळी पुरी झाली. ते मळेवाले पूर्वी त्या निग्रोंना ज्या मार्गाने छळीत होते, त्याचाच उलट प्रयोग त्यांच्यावर करून त्यांचे हालहाल करून त्यांना त्या निग्रोंनी ठार मारले. गोरा रंग म्हणजे मृत्यूचा शिक्का अशी त्या वेळी स्थिती झाली होती. आपण या वसाहतवाल्या लोकांपाशी न्याय मागत होतो, पण तो त्यांनी आपल्याला कधी दिला नाही, या त्यांच्या पातकाबद्दल हेच शासन योग्य आहे अशी प्रत्येक निग्रोच्या मनाची खात्री होऊन चुकली होती. अशी त्यांच्या मनाची स्थिती झाली असल्यामुळे थोड्याच वेळामध्ये त्यांनी ते सर्व शहर उद्ध्वस्त करून टाकले.

जिकडे पाहावे तिकडे धूर, राख, ज्वाळा, प्रेते, रक्त आणि मुंडकी
यांच्याशिवाय दुसरे काहीच दिसत नव्हते. मळेवाले लोक थोड्या
वेळापूर्वी ज्या घरातून निग्रो गुलामांच्या निढळाच्या घामाच्या पैशावर
ऐशआराम भोगीत होते आणि चैन करीत आले होते, ती घरे
जमीनदोस्त होऊन त्या शून्य, भयाण, भेसूर आणि उद्ध्वस्त
झालेल्या ठिकाणातून मांसाच्या लोभाने जमा झालेल्या भुताखेतांच्या
आणि हिंस्र पशूंच्या आरोळ्या ऐकू येऊ लागल्या. अशा भयंकर
रीतीने त्या रात्री गुलामगिरीने जुलमावर सूड उगविला आणि आपल्या
भावी स्वातंत्र्याच्या इमारतीच्या पायाचा पहिला दगड बसविला.

स्वित्झर्लंडमधील लोक ऑस्ट्रियाच्या जुलमाला अगदी कंटाळून गेले होते, गुप्त मंडळ्या जमू लागल्या होत्या आणि देशभक्तांनी स्वदेश स्वतंत्र करण्याच्या शपथा घेतल्या. आपल्या मानेवरील गुलामगिरीचे जोखड आपण केव्हा झुगारून देऊ आणि आपल्या पायांतील गुलामगिरीच्या शृंखला आपण केव्हा तोडून टाकू असे त्यांना होऊन गेले होते. दारूने सुरुंग भरून तयार झालेला होता. फक्त एका ठिणगीचा अवकाश होता. ती मिळाल्याबरोबर स्वित्झर्लंडवरील ऑस्ट्रियाच्या जुलमी सत्तेच्या ठिकऱ्या उडून जायच्या होत्या. इतकी जरी स्थिती झाली होती तरी स्वित्झर्लंडमधील जुलमी अधिकाऱ्यांच्या डोळ्यांवरील धूर उतरला नव्हता. जुलमी राजांना नेहमी असेच वाटत असते की, आपली प्रजा आपण जितके जुलूम करू तितके निमूटपणे सोशील;. परंतु ज्याप्रमाणे सापाला दात आणि विंचवाला नांगी असते, त्याचप्रमाणे मनुष्याला त्वेष असतो, हे ते विसरतात. पारतंत्र्यात मनुष्याच्या मनाला झोंबणारे विष असते आणि क्षुब्ध झालेल्या गुलामगिरीच्या तलवारींनी अनेक जुलमी राजांचे गळे कापलेले आहेत या गोष्टी त्यांच्या स्वप्नातही येत नाहीत. लोकांना आपली जन्मभूमी आपल्या आईप्रमाणे प्रिय असते, तिच्यासाठी ते पाहिजे ते साहस करण्याला तयार होतात आणि तिच्यावर जे जुलूम करतात त्यांना आपले कट्टे हाडवैरी समजून त्यांच्या विध्वंसासाठी ते टपून बसलेले असतात, हा विचार त्यांच्या मनाला कधी शिवतसुद्धा नाही. असल्या जुलमी अधिकाऱ्यांपैकीच जेसलर हा एक होता. लोक इतके खवळलेले आहेत तर आपण या वेळी जास्त आचरटपणा करू नये अशी सुबुद्धी त्याला त्या वेळी सुचली नाही! आणि ती कोठून सुचणार? ज्यांचे राज्य नष्ट करायचे देवाच्या मनात येते, त्यांची बुद्धी देव पहिल्याने नष्ट करतो. जेसलरने एक बादशाही टोपी एका काठीवर घालून ती काठी आपल्या राजधानीतील एका चव्हाट्याच्या जागेवर उभी करून ठेवली व जो येईल त्याने त्या टोपीला मुजरा केला पाहिजे आणि तसे जो करणार नाही, त्याला राजद्रोही आणि

बंडखोर समजला जाईल म्हणून त्याने ठरवले. असा हुकूम झाल्याबरोबर जे कित्येक तोंडपुजे लोक जेसलरपुढे लोटांगणे घालीत होते त्यांना आणखी एक नवीन देवता मिळाली! ते त्या टोपीपुढेही रोज लोटांगणे घालू लागले! परंतु विल्यम टेल हा अशातील मनुष्य नव्हता. तो स्वत: त्या तीस कटवाल्यांपैकी एक होता व आपले देशबांधव परकीय जुलमाचे जोखड आपल्या मानेवर का वागवीत बसले आहेत आणि ते एकदम झुगारून का देत नाहीत, याबद्दल त्याला मोठा विस्मय वाटत असे. राजाच्या टोपीला मुजरा केला पाहिजे ही गोष्ट जेव्हा त्याला कळली तेव्हा, मी असली अपमानास्पद गोष्ट कधीही करणार नाही, असे त्याने साफ सांगितले. या राजद्रोहाची बातमी जेसलरला कळताक्षणीच त्याने विल्यम टेलला बोलावून आणले व त्याचा छळ करण्याला त्याने सुरुवात केली. त्याला आणि त्याच्या मुलाला बोलावून त्याने असे सांगितले की, तू आपल्या तीरकमठ्याने आपल्या मुलाच्या डोक्यावर एक नारिंगाचे फळ ठेवून त्याजवर नेम मार, पण तो नेम जर चुकला तर मात्र तुझा शिरच्छेद करण्यात येईल. विल्यम टेल हा आपल्या इकडील पृथ्वीराज चव्हाणासारखा नेम मारण्याच्या कामात फार कुशल होता; परंतु थोडा नेम चुकला तर नारिंगाला लागणारा बाण मुलाच्या मस्तकाला लागून बापाच्या हातून पुत्रहत्या होण्याचा संभव होता. एखाद्या तिरंदाजाने बाण मारला तर तो एक चुकेल तरी किंवा बरोबर तरी लागेल; परंतु या दोन्ही परिणामांना अनुलक्षून जेसलरने आपली दुष्टपणाची तरतूद करून ठेवली होती. नेम बरोबर धरला तर तो बाण मुलाच्या मस्तकाला लागलाच पाहिजे आणि त्या बाणाने त्याचा प्राण गेला म्हणजे अर्थात पुत्रशोकाने बाप व्याकूळ होऊन जाईल असे जेसलरचे धोरण होते. कदाचित या पेचातून सुटण्याकरिता त्याने नेम चुकविला, तर नेम चुकल्याबद्दल देहांत प्रायश्चित्ताची योजना जेसलरने दुसरीकडे करून ठेविलेलीच होती. अशी जेसलरच्या जुलमाची दुहेरी युक्ती होती. जुलमी अधिकारी किती दुष्ट असतात आणि ते अनाथ गरिबांचा मुद्दाम कसा छळ करीत असतात, हे या जेसलरच्या निर्दयपणाच्या आणि लबाडीच्या हुकमावरून चांगले लक्षात येण्यासारखे आहे. जे लोक जुलमाच्या विरुद्ध बंड करून उठले, त्यांचा परमेश्वर नेहमी पाठीराखा असतो हे तत्त्व इतिहासात अनेक जागी आढळून येते. आपल्याला गुलामगिरी नको, असा मनुष्याच्या मनाने निदिध्यास घेतला म्हणजे परमेश्वर त्यांना स्वतंत्रता देण्याच्या कामी परमेश्वराची तत्परता या गोष्टी विल्यम टेलच्या आणि स्वित्झर्लंडच्या स्वतंत्रतेच्या कथानकामध्ये फारच चांगल्या रीतीने दिसून येतात.

हे कथानक येथपर्यंत इतिहासाला धरून वर्णिले आहे. आता कित्येक अर्वाचीन शोधकांनी जरी असे शोधून काढिले आहे की, ही विल्यम टेलची गोष्ट खरोखर घडून आलेली नसून ती निव्वळ काल्पनिक आहे, तरी सर्व इतिहासकारांनी तिचा

आपल्या इतिहासातून उल्लेख केलेला आहे. व्हाइटबुक आणि 'सुडी'चे ग्रंथ यात याबद्दलची सविस्तर आणि विश्वसनीय अशी हकिकत दिलेली आहे व अतिशय प्रख्यात जर्मन कवी शिलर याने या विषयावर एक अतिशय उत्तम वीररसप्रधान नाटक लिहून विल्यम टेलची कीर्ती आणि स्वित्झर्लंडची स्वतंत्रता तिकडील लोकांमध्ये अजरामर करून ठेविली आहे. तसेच इंग्रजी भाषेमध्ये शेरिडन नाउलेस यानेही एका नाटकाला हाच विषय घेतला आहे. या पुस्तकातून त्या वेळच्या स्थितीचे, गांजलेल्या लोकांच्या विचारांचे आणि स्वतंत्रतेबद्दलच्या उत्सुकतेचे जसे वर्णन आहे, तसे ते दुसरीकडे कोठेही आढळणार नाही. म्हणून पुढील कथाभाग त्याच पुस्तकांच्या अनुषंगाने दिला आहे. विल्यम टेलची गोष्ट खरी असो किंवा खोटी असो, त्याच्याशी आपल्याला फारसे कर्तव्य नाही. खोट्या गोष्टींपासून देखील जर मनावर चांगला बोध होत असेल, तर त्यांचे अध्ययन करण्याला काय हरकत आहे? पंचतंत्रातील किंवा इसापनीतीतील गोष्टी खऱ्या आहेत म्हणून लोक त्या वाचतात असे नाही. शिवाय ज्या गोष्टीने युरोपखंडातील सर्व लोकांना स्वातंत्र्याची किंमत शिकविली आहे आणि जिचे कथन अद्यापिही तिकडील लोकांच्या बाहूंमध्ये स्फुरण उत्पन्न करीत आहे, अशी ही गोष्ट हिंदुस्थानातील आमच्याही देशबांधवांना जरूर माहीत असली पाहिजे.

विल्यम टेलचा मुख्य धंदा म्हटला म्हणजे शिकारीचा होता व त्यासाठी त्याला नेहमी भयंकर अरण्यातील उंच शिखरावरून, खोल दऱ्यांतून आणि तुटलेल्या कड्यांवरून फिरावे लागत असे. या प्रसंगी आल्प्स पर्वताच्या दिव्य शोभा सहजगत्या त्याच्या अंत:करणामध्ये प्रविष्ट झाल्यामुळे त्याचे मन उदात्त झालेले होते. तो जेथे राहत असे व ज्या प्रदेशात शिकारीकरिता तो हिंडत असे तेथील सृष्टिरचना व वनश्री फार विलक्षण होती. आल्प्स पर्वताची अतिशय वरची शिखरे नेहमी बर्फाने आच्छादिलेली असत आणि त्याच्या खोल खोल दऱ्या धुक्याने व्यापून गेलेल्या असत; परंतु मधून जे पठार होते त्या ठिकाणी वरून वाहत येणाऱ्या पाण्याच्या योगाने जी सुंदर सरोवरे बनलेली होती, त्यांच्या आसपास बरीच वस्ती होती. तेथील कुरणांतून आपल्या गाईंना चरत सोडून त्यांचे गुराखी त्या तळ्यांच्या काठी आपली सुस्वर आणि मंजुळ अलगुजे वाजवीत विश्रांती घेत गवतावर पडत असत. त्या गाईंच्या गळ्यातील घंटांचे आवाज दुरून हळूहळू ऐकू येत असल्यामुळे अगदी निर्धास्त असत. ती गुरे त्या तळ्यावर पाणी प्यायला आली म्हणजेही त्यांची फार शोभा दिसत असे. शेजारच्या डोंगरांतून गवळणी दुधाची भांडी आपल्या डोक्यावर घेऊन खाली उतरत असत आणि तुटलेल्या कड्यावर दोरखंडाच्या शिड्या लावून शेतकरी लोक मोठमोठी ओझी घेऊन वर चढत असत. एका कड्यावरून दुसऱ्या कड्यावर जाण्याला कोठे कोठे लाकडी पूल केलेले असत. त्यावरून जाताना माणसांचे डोळे फिरून जायचे. तरी पण ते शेतकरी तेथूनही

निर्धास्तपणे जात असत. असल्या जागेत फिरून अतिशय उंच अशा आल्प्स पर्वतापेक्षाही उंच आकाशामध्ये घिरट्या घालणाऱ्या पक्ष्यांची शिकार करणाऱ्या लोकांच्या अंगामध्ये धाडस आणि स्वतंत्रतेची प्रीती हे गुण अवश्य उत्पन्न झालेच पाहिजेत. अशा परिस्थितीत वाढलेल्या विल्यम टेलच्या मनामध्ये स्वदेशभक्ती आणि स्वातंत्र्यप्रीती ही अतिरेकाला जाऊन पोहोचलेली असली तर त्यात काही मोठेसे आश्चर्य आहे असे नाही. विल्यम टेलला आपला देश गुलामगिरीत सापडलेला पाहून अतिशय वाईट वाटत असे. एकदा डोंगरात शिकारीसाठी फिरत असता एक पक्षी आकाशात उंच फिरताना त्याने पाहिला व त्याला बाण मारून खाली पाडावे असे त्याच्या मनात आले; परंतु इतक्यात त्याला आपल्या गेलेल्या स्वातंत्र्याची आठवण होऊन त्याने धनुष्याचा बाण काढून परत भात्यात ठेविला. तो म्हणाला, ''हा पक्षी स्वतंत्रतेने आकाशात फिरत आहे. त्याची स्वतंत्रता मी कशाला नष्ट करू? आम्हाला स्वतंत्रता असती तर आम्हीही याच्यासारखा स्वैर रीतीने संचार केला असता. पण आमच्या कपाळी ते सुख नाही. ते सुख हा पक्षी भोगीत आहे. ते मी त्याच्यापासून कधीही नष्ट करणार नाही.'' दुसऱ्याचे स्वातंत्र्य पाहून तो अशा रीतीने हळहळत असे. डोंगरातील गरीब लोकांपाशी संपत्ती वगैरे काही एक नसते, तर असे असता जुलमी राजे त्यांना विनाकारण का छळतात, असा एकदा प्रश्न निघाला असता त्याच्यावर विल्यम टेल असे म्हणाला की, 'आपल्यापाशी संपत्ती नाही असे कोण म्हणेल? स्वतंत्रता ही आपली संपत्ती आहे. या स्वतंत्रतेच्या रत्नासारखे रत्न कोणत्याही खाणीमध्ये आजपर्यंत सापडले नाही आणि याच्यासारखे पाणीदार मोती कोणत्याही समुद्रात यापुढे तयार होणार नाही. जुलमी राजे याच संपत्तीला लुटून नेण्यासाठी धडपडत असतात. हा गरीब लोकांचा खजिना हस्तगत करण्याकरिता जुलमी राजे आपले खजिने खर्च करितात, रात्रीची झोप नाहीशी करून घेतात, हजारो लोकांच्या खुनांच्या पातकाचे ओझे आपल्या डोक्यावर वाहण्यास तयार होतात आणि नरकलोकाची वाट जवळ करतात. इतके करूनही त्यांना स्वतःला अखेरीस सुख नाही ते नाहीच. असल्या राजांची जुलमी राजे म्हणून अपकीर्ती होते आणि स्वतंत्र लोक मात्र आपल्या स्वतंत्रतेला मुकतात.' विल्यम टेल हा रानात फिरत असता पुष्कळ वेळा वादळामध्ये सापडत असे. हा प्रसंग फार कठीण असतो. बर्फावरून चालत असता एखादे वेळी त्याचे कवच पातळ असले तर ते फुटून त्याच्या खालील पाण्यात मनुष्य बुडून जाण्याचा संभव असतो किंवा पर्वताच्या शिखरावरून बर्फाचे डोंगर खाली कोसळत असतात, त्यात कोणी सापडला तर त्यातूनही जिवंत निघण्याची आशा नसते. तसेच वारा अतिशय जोराने सुटलेला असल्यामुळे मनुष्यसुद्धा उडून जाण्याची भीती असते. अशा एका भयंकर वादळात विल्यम टेल एकदा सापडला असता त्याच्या मनात असा विचार आला की, अशा वादळाच्या देशात राहण्यापेक्षा आपण दुसऱ्या एखाद्या देशात राहायला गेलो तर काय वाईट? परंतु हा विचार फार

वेळ टिकला नाही. तो म्हणाला, "स्वित्झर्लंड हा माझा देश आहे. तो कसाही असला तरी तो मला प्रिय आहे. माझे पूर्वज जेथे गेले आणि मी जेथे जन्मास आलो, तो देश मी कधीही सोडणार नाही. हल्ली जरी याला गुलामगिरी प्राप्त झाली आहे तरी याची स्वतंत्रता आम्ही मिळवू. हा डोंगरी देश म्हणजे स्वतंत्रतेचा देश आहे. हा माझा देश आहे. वाऱ्यांनो, तुम्ही वाटेल तितक्या जोराने वाहा. हा देश मी कधीही सोडणार नाही."

स्वतंत्रतेचा प्रख्यात कवी जो शिलर, त्याने विल्यम टेल आणि त्याचा मुलगा यांचा याच स्वदेशप्रीतीबद्दल एक तुलनात्मक संवाद दिला आहे, तो फार मनोवेधक आहे.

मुलगा : बाबा, या अडचणीच्या डोंगराळ जागेत राहण्यापेक्षा खालच्या मैदानात आपण का राहत नाही?

बाप : ते देश फार चांगले आहेत खरे. पण तेथे एक वाईट आहे. तेथील शेते जे लोक नांगरतात त्यांना त्या शेतातील धान्य खायला मिळत नाही.

मुलगा : का? ते स्वतंत्र नाहीत?

बाप : नाहीत. तेथील सगळी जमीन राजांनी आपल्या ताब्यात घेतली आहे.

मुलगा : पण निदान जंगलात शिकार करण्याला तर कोणाची भीती नाही?

बाप : छे! छे! जंगलातदेखील राजांची बंदी असते.

मुलगा : बरे, नद्या आणि समुद्र यातील मासे मारून खाण्याला तर कोणी बंदी करीत नाही?

बाप : हं! राजांनी मासे मारण्यालाही बंदी ठेवली आहे आणि समुद्राच्या खाऱ्या पाण्यालासुद्धा मिठासाठी अटकाव आहे.

मुलगा : असे हे लोकांना जेथे जेथे बंदी करणारे राजे असतात तरी कोण?

बाप : लोकांच्या संरक्षणासाठी म्हणून यांनी आपल्यापाशी मोठमोठी सैन्ये ठेवलेली असतात आणि त्या सैन्याच्या जोरावर ते लोकांना जेथे तेथे अशी बंदी करीत असतात.

मुलगा : मग लोक आपणच आपले संरक्षण का करून घेत नाहीत?

बाप : त्यांचा एकमेकांवर विश्वास नसतो म्हणून!

मुलगा : बाबा, तर मग असल्या ठिकाणी राहण्यापेक्षा आपल्या या डोंगरात राहणेच फार चांगले. असल्या राजासारख्या नीच मनुष्यांपासून आपले संरक्षण करून घेण्यापेक्षा या डोंगरावरील वादळांनी एखाद्या दिवशी आपल्याला मारले तरीही ते काही वाईट नाही. कारण यात स्वतंत्रता आहे!

याप्रमाणे विल्यम टेल आणि त्याचा मुलगा यांची स्वतंत्रतेविषयीची भाषणे चालत असत. तो आपल्या मुलाच्या लहान लहान चिमुकल्या हाताकडे पाहून आपल्या मनात असे म्हणत असे की, 'हे हात लहान आहेत, पण काही दिवसांनी हे मोठे झाले म्हणजे आपल्या देशावर जुलूम करणाऱ्या राजांना हे हात त्यांच्या

सिंहासनावरून खाली ओढतील आणि आपल्या देशबांधवांच्या पायामध्ये ज्या गुलामगिरीच्या शृंखला आहेत, त्या तोडून टाकण्याचे सामर्थ्य काही दिवसांनी परमेश्वर या हातामध्ये उत्पन्न करील!' आणि आपला मुलगा स्वदेशाच्या, स्वतंत्रतेच्या उपयोगी पडावा अशाच रीतीने तो त्याला शिक्षणही देत असे. पहाटेस उठून शिकारीला जाणे, डोंगरात फिरणे, आपले धनुष्यबाण तयार करणे, अचूक नेम मारणे वगैरे गोष्टी तो आपल्या मुलाकडून मुद्दाम करवून घेत असे व नेम मारण्याचे शिक्षण देत असता एकीकडे तो आपल्या मुलाच्या मनामध्ये तेथील जुलमी अधिकारी जो जेसलर त्याच्याबद्दल मोठ्या युक्तीने द्वेष उत्पन्न करीत असे. ज्या एखाद्या पदार्थावर नेम धरायचा त्याला तो जेसलर असे नाव देई व आपल्या मुलाला सांगे की, 'हा प्रत्यक्ष जेसलर तुझ्यापुढे उभा आहे अशी कल्पना कर आणि आपल्या देशाच्या स्वतंत्रतेसाठी बरोबर याच्यावर नेम मार पाहू! एका बाणात या जुलमी जेसलरची छाती फुटून गेली पाहिजे.' असल्या वाक्यांनी टेल आपल्या मुलाचा जुलमाविषयीचा क्षोभ उत्तेजित करीत असे; परंतु हा जेसलरचा जुलूम फक्त टेललाच असह्य झाला होता असे नाही. सर्व लोक त्याच्या जुलमाने सारखेच त्रस्त होऊन गेलेले होते. जेसलरच्या जुलमापुढे पर्वताचा कडा कोसळणे, बर्फाचा लोट खाली येणे वगैरे गोष्टींचेसुद्धा लोकांना काही वाटत नसे. अरण्यात एखादा हिंस्त्र पशू त्यांच्या अंगावर धावून आला तर हा जेसलर नाही - हा हिंस्त्र पशू आहे - हा कदाचित दया करील - अशा हेतूने लोकांना समाधान वाटत असे. इतर ठिकाणच्याप्रमाणे त्या ठिकाणच्या शेतातही पीक येत असे, झाडांना फळे येत आणि वेली पुष्पांनी सुशोभित होत; परंतु लोकांना त्यापासून तिळमात्रही आनंद होत नसे. कारण हे सगळे परकीय अधिकारी लुटून नेणार हे त्यांना पक्के माहीत होते. गुरांचे आणि बकऱ्यांचे कळप डोंगरातील चरण्याने चांगले पुष्ट होत; परंतु हे परकीय अधिकाऱ्यांच्या भक्ष्यस्थानी पडणार ही कल्पना त्यांच्या मनात उभी राहिली म्हणजे त्यांना अतिशय दु:ख होत असे. लहान लहान सुंदर मुले असली तरी त्यांना आलिंगन द्यावे असे आईबापांच्या मनात येत नसे. ही गुलामगिरीच्या दोषाने दूषित झाली आहेत असे पाहून त्यांच्या डोळ्यांतून टिपे गळत. लोकांना क्षुल्लक कारणासाठी अतिशय जुलूम सोसावा लागत असे. जेथे कोणाला जाताही यायचे नाही अशा ठिकाणी कड्यातील जमिनीवरसुद्धा जुलमी कर बसविलेले होते. अशा एका ठिकाणचे गवत कापण्याचा गुन्हा एका शेतकऱ्याने केला. ही जागा एका कड्याच्या अगदी टोकावर होती. गुरेसुद्धा जाऊन तेथील गवत खाण्याला धजत नसत. ते गवत आपल्या पोटाची खाच भरण्याकरिता कापल्याबद्दल त्या शेतकऱ्याला कितीतरी दिवस तुरुंगात अडकून पडावे लागत होते. अखेरीस उपाशी मरत चाललेली आपली मुले घेऊन त्याची बायको एक दिवस जेसलरची वाट अडवून उभी राहिली.

तिने आपली मुले त्याच्या वाटेत आडवी टाकली आणि त्यांनाही तुडवून जाण्याला तो निर्दय तयार झाला तेव्हा तिने त्याच्या घोड्याचा लगाम धरला. तरी त्याला दया आली नाही. जेसलरने आपल्याकरिता किल्ला बांधण्याचे काम सुरू केले होते, तेथेही रोज लोकांवर असेच जुलूम चालले होते. शिलरने या प्रसंगाचे जे वर्णन केले आहे, त्यावरून जुलमी राजांच्या सुंदर इमारती बांधल्या जात असताना गरीब लोकांची हाडे किती खिळखिळी होतात याची चांगली कल्पना येते. तो किल्ला बांधीत असताना हा आपणच आपल्याकरिता तुरुंग बांधीत आहो असे त्या लोकांना समजत होते. तरी पण निरुपायास्तव आपल्या स्वतंत्रतेचे ते थडगे उभारण्याला हजारो लोक जेसलरच्या हुकमाने रात्रंदिवस खपत होते. त्यात कित्येक दमून बसले असता मुकादमांच्या हातच्या छड्यांचा मार खात होते व कित्येक पराचीवरून खाली पडून प्राणालाही मुकत होते. इतके जुलूम झाल्यानंतर कोणाला संताप येणार नाही? सर्वांनी असल्या जुलमी अधिकाऱ्याला घालवून लावून आपली स्वतंत्रता परत मिळविण्याचा निश्चय केला. वृद्ध लोक मरणाच्या वेळी अंथरुणावरून आपल्या मुलांना असा उपदेश करू लागले की, तुम्ही सर्व एक व्हा आणि आपला देश स्वतंत्र करा! आपला देश स्वतंत्र झाल्याशिवाय मेलेल्या लोकांना मूठमातीसुद्धा द्यायची नाही, असा तरुणांनी निग्रह केला. तसेच जे तरुण लोक आपल्या देशाच्या स्वतंत्रतेच्या कामी साहाय्य करतील त्यांनाच फक्त आपण वरायचे असा तरुण कुमारिकांच्या प्रेमवृत्तीचा ओघ वळला. स्त्रियांनाही स्वतंत्रतेच्या स्फूर्तीने धैर्य आले आणि त्या आपल्या नवऱ्यांना गुप्त कट आणि लढाई याबद्दल सल्ला देऊ लागल्या. शिलरने अशा एका प्रसंगाचे फार उत्तम वर्णन केले आहे. स्टाफॉचर या नावाच्या एका इसमाला त्याच्या बायकोने गुप्त कट करून परशत्रूचे निवारण करण्याविषयीची युक्ती सुचविली. त्या वेळचे त्या उभयतांचे भाषण फार मनोरंजक आहे :-

बायको : शत्रूची एवढी भीती कशाला पाहिजे? ते पुरुष आहेत तसे तुम्हीही पुरुष आहा आणि त्यांच्याप्रमाणे तुम्हालाही आपली शस्त्रे उगारता येतात! प्रयत्न तर करून पाहा! जिकडे न्याय आहे, त्या पक्षाला परमेश्वर यश देतो.

नवरा : लढाईपासून किती नुकसान होते याची तुला कल्पना नाही, म्हणून तू मला हा मार्ग सुचवीत आहेस.

बायको : नुकसान किंवा नफा यापैकी परमेश्वराच्या मनातून जे काही करायचे असेल ते सोसण्याला मनुष्याने तयार असले पाहिजे. पण लोकांचे अन्याय विनाकारण सहन करीत बसण्याची आपल्या मनाला सवय लागलेली चांगली नाही.

नवरा : पण हे जे आपले घर तुला इतके आनंद देत आहे, ते कदाचित लढाई सुरू झाली तर जळून खाक होईल.

बायको : माझी जर असल्या या ऐहिक क्षणभंगुर वस्तूंवर प्रीती असली, तरी

आपल्या देशाच्या स्वतंत्रतेसाठी जरूर असेल तर मी आपल्या हातून या घराला पहिल्याने आग लावून देईन!

नवरा : या निर्जीव वस्तूंचा त्याग करण्याला तू कदाचित तयार होशील, पण पाळण्यात जी लहान मुले खेळत, बागडत असतात तीसुद्धा त्या निष्ठुर लढाईला बळी पडतात.

बायको : तुम्ही हे नेहमी लक्षात ठेवा की, जे अनाथ आणि निरुपद्रवी प्राणी आहेत, त्यांचे परमेश्वर संरक्षण करीत असतो. पण तुम्हाला मागची मुलाबाळांची काळजी नको. तुम्ही पुढे पाऊल टाकून शत्रूवर चला म्हणजे झाले.

नवरा : आमचे काय? आमचे ठीकच आहे. आम्ही समरांगणात जाऊ आणि शत्रूशी लढून मरू; परंतु आमच्या मागे तुमच्यासारख्या स्त्रियांची काय वाट?

बायको : आमच्यासारख्या अबलांनाही देवाने स्वसंरक्षणाचा मार्ग मोकळा ठेवला आहे. एखाद्या कड्यावर जाऊन तेथून खाली उडी टाकली म्हणजे झाले!

हे आपल्या बायकोचे भाषण ऐकून स्टाफॉचार याला अतिशय आनंद झाला व तिला आलिंगन देऊन तो म्हणाला, "ज्या लोकांना अशा शूर, स्वदेशाभिमानी आणि स्वातंत्र्यलोलुप स्त्रिया मिळाल्या आहेत, ते आपल्या देशाकरिता मोठ्या आनंदाने लढण्याला तयार होतील आणि त्यांच्याविरुद्ध कितीही मोठे सैन्य आले, तरी ते त्याचा तेव्हाच फडशा पाडून टाकतील!" अशा रीतीने लोकांची चित्तवृत्ती बदलत चालली होती. जेसलरच्या जुलमाखाली कोणालाही घरादाराची शाश्वती उरली नव्हती. सत्याचे तोंड बंद झाले होते, शहाणपणाचे डोळे फुटून गेले होते आणि पराक्रमाच्या हातापायांमध्ये शृंखला अडकविण्यात आल्या होत्या. अशा स्थितीत लोकांना जिवंत राहणेच अशक्य झाले होते आणि स्वित्झर्लंडमध्ये लांडगे, वाघ आणि जुलमी अधिकारी यांनीच फक्त राहावे अशी अवस्था येऊन पोहोचली होती. तरी पण जेसलरचा जुलूम मर्यादेपलीकडे जाईपर्यंत आपण वाट पाहावी, असे कित्येकांचे म्हणणे होतेच! याविरुद्ध जे कित्येक लोक होते त्यांचे असे म्हणणे पडले की, 'आणखी किती वाट पाहावयाची? मर्यादेचे उल्लंघन काय व्हायचे उरले आहे? कोणता जुलूम आपल्यावर आतापर्यंत झालेला नाही? माणसांच्या डोळ्यांतील बुबुळेदेखील सुरक्षित नाहीत! (जेसलरने खरोखरच एकाचे डोळे बाहेर काढले होते.) आपण आणखी किती जुलूम सहन करणार? गरीब बिचारे हरीणदेखील फार पाठलाग केला म्हणजे उलटून शिंगे उगारून अंगावर धावते. बैल नेहमी मनुष्याच्या जोखडाखाली आपली मान नम्रपणाने घालू देतो, पण तोसुद्धा एखाद्या वेळी रागावला म्हणजे बेधडक आपल्या धन्याच्या अंगावर चवताळून जातो. मग आपण तर मनुष्य आहो. आपले संरक्षण आपल्याला करता यायचे नाही? मग आपण ही तीर मारण्याची विद्या कशाला शिकलो? आणि कुऱ्हाडीचे ओझे आपण आपल्या खांद्यावर कशाला वाहात आहो?' अशा प्रकारचे विचार लोकांत फैलावत

जाऊन अखेरीस कटवाल्या मंडळींची गुप्त सभा अरण्यात एके ठिकाणी भरली. जे देशातील खरे रहिवासी त्यांना चोराप्रमाणे लपूनछपून देशहिताच्या विचारासाठी जाण्याची पाळी आली. थंडीचे निवारण करण्याकरिता त्यांच्या अंगावर वस्त्रे नसल्याकारणाने त्यांनी मध्यभागी लाकडे पेटवून विस्तव केला. कोणी कड्यावरून दोरीला धरीत धरीत खाली उतरले, कोणी दरीतून हळूहळू वर आले तर कोणी सरोवरांच्या पलीकडून होडीत बसून आले. सर्वजण जमल्यानंतर काय करावे याच्याबद्दल बराच वेळ विचार झाला. हा विचार चालता चालता अखेरीस सूर्योदय झाला. तेव्हा त्या उगवणाऱ्या सूर्याला साक्षी ठेवून सर्वांनी आपले हात वर उभारून अशी शपथ वाहिली की, आपण स्वदेशाच्या स्वतंत्रतेसाठी नेहमी सख्ख्या भावांप्रमाणे वागू आणि गुलामगिरीत जिवंत राहण्यापेक्षा मरण जास्त चांगले असल्यामुळे परमेश्वरावर विश्वास ठेवून आपण आपल्या पूर्वजांप्रमाणे स्वतंत्र होऊ. अशी शपथ वाहून त्यांनी एकमेकांना आलिंगन दिले व जेसलरवर सूड उगविण्याच्या उद्योगाला सर्वजण लागले.

इकडे पूर्वीच्या जुलमांनी तृप्त न होऊन जेसलरने एका काठीवर टोपी घालून ती चव्हाट्यावर उभी करून ठेवली व तिच्यापुढे गुडघे टेकून मुजरा केला पाहिजे, अशी दवंडी पिटविली; परंतु त्या टोपीबद्दल आदर दाखविण्याच्या ऐवजी लोक त्या वेडगळ कृत्याची थट्टाच करू लागले. ती अतिशय चव्हाट्याची जागा होती तरी पण ही दवंडी पिटल्यापासून तेथे एकसुद्धा मनुष्य येईनासा झाला, इतकी लोकांच्या मनात जेसलरबद्दल राजनिष्ठा वास करीत हाती! या चव्हाट्यावरून जवळची वाट असली तरी लोक मुद्दाम दोन-दोन कोसांचा हिसका घेत; पण त्या टोपीजवळ जाण्याचे टाळीत आणि गावातील चटोर पोरे तर तेथे येऊन आपल्या डोकीवरच्या टोप्या उंच फेकून तेथील रखवालदार शिपायांना त्रास देऊ लागली व बादशहाच्या टोपीवर खडे मारून ती पाडण्यापर्यंतही मजल आली. रखवालदार शिपायांना त्या रिकाम्या टोपीजवळ रखवाली करीत बसण्याची लाज वाटू लागली आणि आपल्या या मूर्खपणाबद्दल त्यांनाही हसू येऊ लागले. पुढे पुढे कोणी जवळून गेला आणि त्याने मुजरा केला नाही, तरी त्याच्याकडे आपण पाहिलेच नाही, असा ते कानाडोळा करू लागले. कोणी दूर उभे राहून त्या टोपीकडे बोट दाखवीत व दुसऱ्यांना म्हणत की, तो पाहा तेथे आपला जुलमी अधिकारी टांगला आहे. अशी बहुतेकांनी त्या टोपीची टर मांडली होती. तर त्या टोपीपुढे राजनिष्ठपणाने मुजरा करणारेही कित्येक मूर्ख लोक निघाले. त्यांना पाहून विल्यम टेलच्या अंगाचा अतिशय संताप झाला. तो म्हणाला : "असल्या माणसांपेक्षा पशूदेखील फार बरे. कारण, त्यांना जितक्या नीच योनीत घातले आहे त्याच्यापेक्षा जास्त नीचपणाला ते जात नाहीत. कुत्रा हा नेहमी कुत्राच राहतो आणि सरपटणारा एखादा दिवडसुद्धा आपल्यापेक्षा कमी दर्जाच्या जातीचे लांछनास्पद कृत्य करीत नाही, परंतु मनुष्यप्राणी हा आपल्याला त्यांच्यापेक्षा श्रेष्ठ म्हणवीत असून,

नीचपणात त्यांच्यापेक्षाही खाली उतरतो.'' असे उद्‌गार काढून विल्यम टेल त्या टोपीजवळ गेला. तो आवेशाने येत असलेला पाहून तेथील सर्व सरकारी अधिकारी पळून गेले. त्यानंतर विल्यम टेल तेथे जमलेल्या आपल्या देशबंधूंकडे वळून त्यांना म्हणाला : ''माझ्या देशबंधूंनो, पाहा, तुम्ही कशाला भीत होता? यांना? या पळपुट्यांना? या माणसांच्या बाह्य आकृतींना? आणि या शिपायांच्या सोंगांना? तुम्ही असे आश्चर्यचकित होऊन काय बसला आहा? तुम्हाला यांचेच एवढे आश्चर्य काय वाटत आहे? हे ज्या गोष्टी करीत आहेत त्या तुम्ही मनात आणले तर तुम्हालाही करता येतील. तुम्ही मनुष्यच आहा! तुम्हालाही विचार करण्याला डोके आहे आणि कृत्ये करण्याला हात आहेत. तुम्ही रानातल्या एखाद्या पशूची किंवा पक्ष्याची शिकार करायला गेला तर परमेश्वराने दिलेली स्वतंत्रता राखण्याकरिता तोदेखील प्रयत्न करतो आणि तुम्हाला या पक्ष्यापेक्षा आपल्या स्वतंत्रतेचे जास्त ज्ञान असून, तुम्ही या गुलामगिरीमध्ये संतोष मानून राहता? तुम्ही असे बावळ्यासारखे बघत काय उभे राहता? या टोपीची तुम्हाला भीती वाटते? हिच्यात काय आहे! ही पाहा, मी काठी खाली पाडून ही जेसलरची टोपी आपल्या पायाखाली तुडवितो!'' असे म्हणून त्याने त्याप्रमाणे केले. इतक्यात पळून गेलेले अधिकारी जास्त मदत घेऊन तेथे आले व त्यांनी विल्यम टेलला व त्याच्या मुलाला कैद केले. इतक्यात जेसलरही तेथे आला आणि त्याने विल्यम टेलने आपल्या मुलाच्या डोक्यावरील नारिंगाला नेम मारावा अशी कपटाची तोड काढली. विल्यम टेलने पुष्कळ आढेवेढे घेतले परंतु काही उपाय चालेना; विल्यम टेल जरी नको म्हणत होता तरी आपल्या बापाचा किती अचूक नेम असतो याची खात्री असल्यामुळे त्याचा मुलगा बापाला आग्रहच करीत होता. शंभर पावलांवरून नेम मारण्याचा हुकूम झाला होता त्याप्रमाणे मुलगा शंभर पावलांवर जाऊन बसला आणि एक फळ त्याच्या डोक्यावर ठेवण्यात आले. इकडे विल्यम टेलही दोन बाण घेऊन त्यापैकी एक आपल्या वस्त्राखाली झाकून ठेवून आपल्या मुलाच्या मस्तकावरील फळाला नेम मारण्याकरिता आपली दृष्टी कायम करू लागला. यांची अशी तयारी चालली असता सभोवताली जमलेले लोक अतिशय क्षुब्ध होऊन गेले. बापाच्या बाणाने मुलाचे मस्तक फुटणार असे पाहून कित्येक बायका बेशुद्ध पडल्या आणि काही पुरुष भीतीने ओरडू लागले. तरीही जेसलरच्या हृदयाला द्रव आला नाही. पण ईश्वराच्या कृपेने विल्यम टेलचा बाण इतका बरोबर गेला की, मुलाच्या केसालाही धक्का न लागता वरील फळाचे मात्र दोन तुकडे झाले. हे कौशल्य पाहून सर्वांना मोठा आनंद झाला व मुलगा बापाला येऊन कडकडून भेटला; परंतु जेसलरला मात्र या गोष्टीबद्दल मुळीच समाधान वाटले नाही. त्याने विल्यम टेलला विचारले की, 'तू दुसरा बाण घेतला होतास तो कशासाठी?' यावर टेलने असे उत्तर दिले की, 'माझा जर पहिला नेम चुकला तर दुसरा बाण तुझ्या छातीत मारण्याकरिता मी घेतला होता.' हे उत्तर ऐकून जेसलरचा क्रोध फिरून

खवळला व त्याने त्याला एका अंधारकोठडीत कोंडून ठेवण्याचा हुकूम केला. ज्या किल्ल्यात त्याला अटकेत ठेवायचे होते तो तेथील सरोवराच्या पलीकडे होता. सबब त्याला आपल्या नावेत घेऊन पलीकडे नेऊन स्वत:च किल्ल्यात कोंडून ठेवण्याला जेसलर तयार झाला व त्याप्रमाणे ते नावेत बसून निघाले. इतक्यात भयंकर वादळ होऊन नाव खात्रीने बुडते अशी स्थिती येऊन पोहोचली. पण विल्यम टेल हा जसा तीर मारण्याच्या कामात हुशार, तसाच सुकाणू धरण्याच्या कामातही फार वाकबगार होता. म्हणून त्याच्या हातापायांतील बेड्या काढून त्याला सुकाणूवर बसविण्यात आले व सगळ्यांना सुरक्षित नेशील तर तुला मुक्त करू, असे जेसलरने त्याला वचन दिले. विल्यम टेलने वादळातून ती नाव सुरक्षित आणिली; परंतु एके ठिकाणी खडकाचे टोक पुढे आलेले होते, तेथे नावेला पायाने हिसका देऊन व ती पाण्यात दूर ढकलून विल्यम टेलने किनाऱ्यावर उडी टाकली व तो जंगलात नाहीसा झाला. नावेतील बाकीचे सर्व लोक आश्चर्याने चकित झाले व निरुपाय होऊन आपल्या किल्ल्याकडे जाऊ लागले. या किल्ल्याला जायच्या वाटेत एक भयंकर खिंड होती. दोन्ही बाजूंनी कडे तुटलेले होते व झाडी दाट होती. या अरुंद वाटेतून नुकतीच एका लग्नाची वऱ्हाडी मंडळी ताशेवाजंत्री वाजवीत पुढे चालली असल्यामुळे तो रस्ता बहुतेक अडून गेला होता. इतक्यात जेसलरची स्वारी लव्याजम्यासह तेथे येऊन पोहोचली. पुढे वाट करण्याकरिता कोणी प्रयत्न करीत आहेत, इतक्यात एक अचूक बाण लागून त्याच्या वेदनेने जेसलर आपल्या घोड्यावरून मरून खाली पडला. तेव्हा त्याच्या लव्याजम्याच्या मंडळींत एकच गहजब उडून गेला आणि हे कृत्य कोणी केले हे कोणालाच कळेना. सभोवती पुष्कळ मंडळी जमली, पण जेसलर मेला ही बातमी ऐकून सर्वांना आनंदच झाला. त्याच्यासाठी कोणीही रडेना. जो तो बरे झाले असे म्हणू लागला. त्याच्या छातीत लागलेला बाण उपटून काढण्यालाही कोणी मदत करीना आणि हा एवढा मोठा अधिकारी मेला तरी पुढे जी लग्नाची वाद्ये वाजत होती तीसुद्धा कोणी बंद करीना. जुलमी राजा मेला म्हणजे लोकांना लग्नाप्रमाणे आनंद होतो असे दाखविण्याकरिताच की काय कोण जाणे, ती वाद्ये वाजत राहिली होती. त्या वेळी सर्वांना अतिशय आनंद झाला; परंतु या आनंदाला कारण कोण हे मात्र कोणालाच कळेना. इतक्यात एका उंच खडकावरून गंभीर शब्दाने विल्यम टेल जेसलरला उद्देशून म्हणाला : "जेसलर, हा माझा बाण आहे! आजपासून तुझ्या जुलमांतून आमचा देश स्वतंत्र झाला!"

एका खडी फोडणाराची गोष्ट

परिचय

शिवरामपंतांनी सर्वसामान्य निबंधाची चाकोरी सोडून आपल्या कल्पनाशक्तीला नेहमी स्वच्छंद भ्रमण करू दिले. त्यामुळे कधीकधी त्यांचे निबंध जसे लघुनिबंधाच्या वळणावर गेले आहेत तसे काही काही वेळा त्यांना जवळजवळ कथेचे स्वरूप आले आहे. मात्र असले गोष्टीवजा लेख लिहितानासुद्धा त्यांचे लक्ष कथेतल्या पात्रांच्या स्वाभाविक चित्रणापेक्षा त्यांना जो अर्थ सूचित करायचा असे त्याच्यावर केंद्रित होई. या गोष्टींत दुष्काळाच्या मगरमिठीत सापडलेल्या व शेतीवर पोट भरणे अशक्य झालेल्या एका शेतकरी कुटुंबाची कहाणी आहे असा आरंभी भास होतो. भिन्न प्रकृतीच्या दुसऱ्या एखाद्या कथा-लेखकाच्या हातात हे सूत्र असते तर त्याने करुणरसाच्या दृष्टीने त्याचा परिपोष करून वाचकांच्या डोळ्यांत पाणी उभे केले असते. पण शिवरामपंतांनी तेच सूत्र हाती घेऊन नेमका विरुद्ध परिणाम साधला आहे. वाचकांच्या डोळ्यांतून चीड आणि त्वेष यांच्या ठिणग्या बाहेर पडाव्यात, अशा बेताने त्यांनी त्याची रचना केली आहे. स्वत्व विसरणाऱ्या, गुलामगिरीत आनंद मानणाऱ्या आणि आपल्या मानेवर जबरदस्तीने जू लादून पदोपदी पाठीवर आसूडाचे फटके मारीत सुटलेल्या जुलमी धन्याचे पाय चाटणाऱ्या जनावरवजा जीवांची जी एक जात असते, तिचा या गोष्टींच्या द्वारे त्यांनी अत्यंत मर्मभेदक उपहास केला आहे. दुष्काळात माणसे उपाशी मरतात हे खरे, पण त्या मरणापेक्षाही शिवरामपंतांना अधिक दुःखाची गोष्ट वाटते ती त्यांचे जगणे - लाचार आणि

लाजिरवाणे, कंगाल आणि केविलवाणे असे जगणे! अशा प्रकारच्या गुलामगिरीच्या जीवनातील विद्रूपता त्यांनी या गोष्टीत परिणामकारकतेने चित्रित केली असून, प्राण गेला तरी बेहत्तर, पण मनुष्याने स्वातंत्र्याचा अभिमान सोडता कामा नये हे आपले आवडते तत्त्व भयानक रसाचा आविष्कार करून वाचकांच्या गळी उतरविले आहे. कल्पकता व उपरोध या गुणांनीच त्यांच्या प्रतिभेची मूस ओतली गेली होती हे या गोष्टीवरून सहज दिसून येईल. 'आम्रवृक्ष', 'पोपट आणि परशुराम', 'सापडलेलं संपुष्ट' इत्यादी लेखांतही त्यांनी अशाच कथनपद्धतीचा अवलंब केला आहे. पण अशा प्रकारचा त्यांचा कुठलाही गोष्टीवजा लेख घेतला तरी त्यात रूपकाच्या साहाय्याने अथवा उपहासाच्या मदतीने स्वातंत्र्याविषयीचे प्रेम आणि पारतंत्र्याविषयीची चीड याच भावना तीव्रतेने प्रतिबिंबित झालेल्या दिसतील.

'मदनदहना'सारख्या अशा प्रकारच्या त्यांच्या काही लेखांत मात्र त्यांची ही कट्टर प्रचारकाची भूमिका आढळत नाही. त्यामुळे त्यातला कल्पनाविलास अधिक कलात्मक व हृदयंगम झाला आहे. उलट 'आम्रवृक्ष' या गोष्टीत पोट भरण्याकरिता गिरणीत गेलेल्या एका शेतकऱ्याचे आपल्या खेडेगावातल्या शेताच्या बांधावरील आंब्याच्या झाडावरले प्रेम वर्णन करता करता ते आपण एका शेतकऱ्याच्या भावना चित्रित करीत आहोत हे विसरून जातात आणि स्वतःच्या मनात उसळणाऱ्या स्वातंत्र्याच्या ऊर्मी त्याच्या तोंडून व्यक्त करू लागतात. तो शेतकरी प्रथमतः हिवाळ्यात आपल्या गावी येतो त्या वेळी त्याचा आवडता आम्रवृक्ष अगदी निष्पर्ण झालेला असतो. त्याच्या सवंगड्याला त्याची दुर्दशा पाहवतसुद्धा नाही. पुन्हा तीन महिन्यांनी तो शेतकरी जेव्हा गावी परत येतो तेव्हा वसंत ऋतूच्या आगमनामुळे ते आंब्याचे झाड मोहरून गेलेले असते. लगेच तो शेतकरी त्या आम्रवृक्षाला उद्देशून म्हणतो, 'हे आम्रवृक्षा, तुझा वसंत ऋतू इतक्या लवकर आला, पण माझ्या देशाचा वसंत ऋतू कधी येणार? माझा देश जो चोहोकडून करपला जात आहे त्याला तुझ्याप्रमाणे नवीन पालवी केव्हा फुटणार? माझ्या देशाच्या इतरांनी तोडून नेलेल्या फांद्या नवीन पालवीने केव्हा झाकून जातील? तुझ्याप्रमाणे माझ्या या हतभाग्य देशाला मोहर आणि फळे केव्हा येतील? तुझ्या या मोहराचा सुगंध जसा चोहोकडे

पसरला आहे तशी माझ्या देशाची कीर्ती कधी पसरेल? तुझ्या अंगावर खेळणारी विषारी जनावरे आणि घुबडे गेली तशी ती माझ्या देशातून जाऊन येथे आम्हाला पक्ष्यांचे सुस्वर ध्वनी ऐकण्याचे सुखाचे दिवस कधीतरी येतील काय? हिवाळ्याच्या मागून वसंत ऋतू येतो हा नियम फक्त अरण्यातील झाडांकरिताच आहे किंवा माझ्यासारख्यांच्या हतभाग्य देशांनाही तो लागू पडतो हे तू सांगू शकशील काय? सूर्य मावळला तर तो फिरून उगवतो. समुद्राला ओहोटी लागली तर त्याला फिरून भरती येते. चंद्राच्या कलांचा कृष्णपक्षात क्षय झाला तरी फिरून शुक्लपक्षात त्याची वृद्धी होते, पण माझ्या देशाचा सूर्योदय कधी येईल? माझ्या देशातील कलांचा कृष्णपक्ष आज कित्येक वर्षे चालला आहे, तो संपून त्याच्या शुक्लपक्षाला सुरुवात कधी होणार? हे आम्रवृक्षा, तो आणि तू समदुःखी होता, त्या वेळेला तुम्ही एकाला दोघेजण असल्यामुळे माझे मन फारसे कष्टी झालेले नव्हते. पण आता तू टवटवीत झालेला पाहून तो असाच केव्हा होईल, याबद्दल माझे मन फारच, फारच उतावीळ झाले आहे. पण माझ्या उतावीळपणापासून काय व्हायचे आहे? परमेश्वराच्या मनात जेव्हा येईल तेव्हाच या गोष्टी घडून येणार आहेत. तुझ्या पदरचे पाप संपले, म्हणून तुझा हिवाळा संपला व देवाने तुला वसंत ऋतू दिला. आता तू याचे नीट जतन कर व यापुढे तो हाडे पिळणारा, पानांतील रस शोषून नेणारा आणि तुझ्या डोळ्यांतून टिपे पाडविणारा क्रूर हिवाळा फिरून तुझ्यावर आपला अंमल कधीही न बसवो!'

या उद्गारांत काव्य निःसंशय आहे. देशाविषयी तळमळणाऱ्या मनाचेही त्यात सुंदर प्रतिबिंब पडले आहे. पण हे तळमळणारे मन १९०० सालच्या महाराष्ट्रीय शेतकऱ्याचे नसून शिवरामपंतांसारख्या ज्वलज्जहाल देशभक्ताचे आहे याची जाणीव वाचकाला पदोपदी झाल्यावाचून राहत नाही. 'एका खडी फोडणाऱ्याच्या' गोष्टीतही शिवरामपंत असेच स्पष्ट दिसतात. त्यांच्या गोष्टींना गोष्टीवजा लेख म्हणायचे ते याच कारणासाठी! कलात्मक कथेत लेखकाचे अस्तित्व असे कधीच जाणवत नाही. मात्र कलेच्या निकषावर त्यांच्या अशा गोष्टी जरी विशेष उठून दिसत नसल्या तरी त्या किती परिणामकारक होऊ शकतात हे प्रस्तुत गोष्टीवरून सहज दिसून येईल.

उत्तर हिंदुस्थानात काही दिवसांपूर्वी कोणी एक गरीब शेतकरी राहत होता. त्याचा मूळचा धंदा शेतकीचाच. त्याचे आईबाप शेतकरी होते व आपल्या मुलाने शेतकीचा धंदा करूनच आपला चरितार्थ चालवावा अशी आईबापांची इच्छा होती; परंतु त्यांच्या मुलाची भवितव्यता निराळीच असल्यामुळे तदनुसार त्याला लहानपणापासून बुद्धी होत गेली. तारुण्याच्या मदात आल्याबरोबर त्याने आपले वृद्ध आईबाप आणि सुपीक शेतवाडी सोडून दिली आणि जवळच्या एका मोठ्या शहरात जाऊन तेथे चाकरी धरली. ती एका मोठ्या कचेरीतील चाकरी असल्यामुळे तेथे त्याला बरीच व्यसने जडली. मोठमोठे लोकसुद्धा लाच खातात असे पाहून तोही आपल्या पगाराशिवाय महिन्याच्या काठी अवांतर पाचपन्नास रुपये मिळवू लागला. शिवाय त्याला एका खासगी क्लबातील शिपायाचे काम करावे लागत असल्यामुळे येथे राहून त्याने थोडक्याच दिवसांत मद्यप्राशनाची कला संपादन केली. तो शहरात राहत असल्यामुळे शहरातील सर्व लोकांची मते व विचार त्याला माहीत झालेले होते; परंतु ही त्याची स्थिती फार दिवस टिकली नाही. एका वेश्येच्या घरच्या मारामारीच्या खटल्यात सापडून त्याची चाकरी निघाली. रोगग्रस्त शरीर झाल्यामुळे त्याला दुसरीकडील दगदगीची चाकरी होईना. जवळचे पैसे सरून गेले. ज्यांच्यापासून कर्ज काढले होते त्यांचे तगादे दारापाशी येऊन बसू लागले. फौजदारी आणि दिवाणी या दोन्ही तुरुंगांच्या आतील भिंतींचा रंग पाहून झाल्यावर त्याला शहरात पाहण्यासारखे दुसरे काही उरले नाही. मोठ्या शहरांच्या दुराचारांनी मनुष्याला जितके नागवायचे तितका तो नागवला गेला. पोलीस, कलाल, वेश्या, वकील, सावकार आणि कोर्ट यांच्यापैकी एकाच्याही दृष्टीला आकर्षण करून घेण्यासारखा काहीएक गुण त्याच्यामध्ये उरला नाही. तो खेडेगावाकरिता मात्र लायक झाला व नंतर तो ते शहर सोडून आपल्या गावी राहण्याकरिता आला. तो गावी येण्यापूर्वीच त्याच्या घराची बहुतेक वाताहत झालेली होती. त्याचे आईबाप म्हणजे शुद्ध पिकलेली पाने झाली होती. ती केव्हाच गळून पडली. त्याच्या शहरातील व्यसनांना शहरातील पैसा पुरेनासा झाल्यानंतर त्याच्या खेडेगावच्या इस्टेटीने त्याला पुष्कळ वेळा मदत केली होती, त्यामुळे खेडेगावात त्याची जी काही जमीन आणि गुरेढोरे होती तीही बहुतेक नाहीशी झाली होती व एका दुष्काळात त्याचे घरही गहाण पडले. अशा स्थितीत तो आपल्या खेडेगावी परत आला. तो परत आला त्या वर्षी चोहोकडे अवर्षणामुळे भयंकर दुष्काळ पडला होता. त्याच्या पदरी त्याची बायको आणि दोन मुले होती. इतक्या माणसांच्या उदरनिर्वाहाला पंचाईत पडू लागली. एवढा दुष्काळ होता तरी तो बाकीच्यांच्या मानाने काही अंशी सुखी होता. कारण, या दुष्काळाच्या सालात शेतसारा कोठून द्यावा ही काळजी त्याला बिलकूल नव्हती; कारण त्याच्यापाशी शेतच नव्हती. तसेच राखलेल्या जंगलात गुरे चरायला गेली म्हणजे दंड घेतात

अशी जी एक सरकारी जुलमाबद्दलची कंडी पिकविण्यात आलेली असते ती खोटी असली पाहिजे, असे त्याला अलीकडे प्रत्येक दिवशी अनुभवास येऊ लागले होते. कारण त्याच्यापाशी काहीच गुरे उरली नव्हती. अशा दृष्टीने तो जरी सुखी होता व ही दुष्काळातील दु:खे जरी त्याच्या कधी प्रत्ययाला येत नव्हती तरी बायकोमुलांचे व स्वत:चे पोषण करण्याची मात्र दिवसेंदिवस त्याला अडचण पडू लागली. एके दिवशी सकाळी त्याला कळले की, जे कोणी लोक दुष्काळात उपाशी मरत असतील, त्यांच्याकरिता दयाळू सरकारने जवळच एक अन्नछत्र उघडले आहे. पाहिजे त्याने तेथे जाऊन खडी फोडावी आणि आपला यथेच्छ उदरनिर्वाह करावा. ही आनंदाची बातमी ऐकल्याबरोबर जेथे रिलीफ काम निघाले होते, त्याच्या जवळच त्याने एका झाडाखाली आपले घर उभारले व आपल्या बायकोमुलांसह तो तेथे आनंदाने सार्वजनिक रस्त्यावरील सतरंज्या तयार करण्याच्या परोपकाराच्या कामासाठी एखाद्या संताप्रमाणे आपला देह झिजवू लागला. या त्याच्या परोपकाराबद्दल त्याला जे वेतन मिळे ते अगदी थोडे होते. त्यात या माणसांचा गुजारा होईना. तेव्हा पोटची मुले, पण तीसुद्धा जड झाली. त्यांना अन्न मिळेनासे झाले. झाडाच्या पाल्याने त्यांचे पोट भरेना. अखेरीस एकदा ताप येऊन दोहोंपैकी एका मुलाने परलोकची वाट धरली व त्या योगाने आपल्या खर्चाचा बोजा कमी करून त्याने आपल्या बापावरचे ओझे थोडेसे कमी केले; परंतु दुसरा मुलगा अशाही रीतीने मरेना. त्याला झाडांचा पाला पचू लागला. तेव्हा तर त्याच्या आईबापांना जास्तच काळजी वाटू लागली. इतक्यात त्याच्या सुदैवाने एके दिवशी एक मिशनरी बाई या अन्नछत्रात आली व मी या मुलाला पोटभर खायला घालीन असे म्हणून त्याचे मुके घेत घेत ती त्याला घेऊन गेली. अशा रीतीने या दोन मुलांच्या तावडीतून जरी तो सुटला तरी तिसरे एक नवीन संकट त्याच्यावर डोकावू पाहत होते. त्याच्या बायकोला नऊ महिने बहुतेक पुरे होऊन गेलेले होते. मिशनरी बाईने मूल नेले त्याच दिवशी रात्री त्याची बायको बाळंत झाली. कसे करावे अशा चिंतेत तो बसला असता दुसरे दिवशी सकाळी एक पट्टेवाला त्या अन्नछत्राकडे काही चौकशी करीत आला. त्याचा साहेब जवळच राहत होता. त्या साहेबाची मड्डमही थोडे दिवसांपूर्वीच प्रसूत झालेली होती. तिचे तारुण्य कायम राहण्याकरिता साहेबांना कोणीतरी जिचे मूल जिवंत नाही अशी एक ओली दाई ठेवायची होती. तिच्या शोधासाठी तो पट्टेवाला फिरत होता. आमच्या कथानायकाला ही बातमी कळली आणि तो विचार करू लागला. त्याने या पट्टेवाल्याला आठ-चार दिवसांनी येण्याला सांगितले. मध्यंतरी त्याने ही श्रीमंत होण्याची आलेली संधी आपल्या बायकोला कळविली. असल्या मार्गांनी ज्या राज्यात लोकांना पोटाला मिळवावे लागते, त्या राज्यावर त्या माउलीने ही नवऱ्याची कल्पना ऐकताक्षणीच आपल्या शापांची लाखोली वाहिली व त्या बिचाऱ्यांची

पहिली रात्र यातच निघून गेली. अन्नछत्रातून थोडेसे दूध मिळाले होते, पण त्यापैकी काही मांजराने सांडले व बाकीचे नासून गेले. बायकोच्या औषधपाण्यात वेळ गेल्यामुळे नवऱ्याच्या हातून फुटावी तितकी खडी न फुटल्याकारणाने त्या दिवशी त्याला गैरहजर मांडण्यात आले. संध्याकाळ झाली. सूर्य अस्तास गेला. काळोख पडला. पण तान्ह्या मुलाच्या आणि त्याच्या आईबापांच्या पोटात मात्र त्या दिवशी अन्नाचा एक थेंबही पडला नाही. तेव्हा त्या आईचे डोळे उघडले आणि ज्या राज्यावर तिने आदल्या दिवशी शिव्यांची लाखोली वाहिली होती ते राज्य किती चांगले आहे याची तिला थोडी थोडी कल्पना येऊ लागली. साहेब लोक जर दाया न ठेवते, तर आज मला मरणाशिवाय दुसरी वाटच नव्हती, हे तिला खरे वाटू लागले व आता पुढे मुलाची वाट कशी काय करावी, याच्याबद्दल ती दोघे त्या रात्री विचार करू लागली. एकंदर उपाय किती आहेत आणि त्यापैकी आपल्याला सोईचा कोणता याबद्दल बरीच वाटघाट झाली; परंतु नवऱ्याने सुचविलेल्या उपायांपैकी आईच्या प्रेमाला कोणताच उपाय पसंत पडेना. तेव्हा हे चांगल्या चांगल्या सुधारलेल्या लोकांनी उपयोगात आणलेले उपाय असून, आम्हालाच ते सोईवार का वाटत नाहीत याबद्दल नवऱ्याने आपल्या मनाशी विचार केला. विचाराअंती त्याची अशी खात्री झाली की, आणखी दोन उपासांनी हेच उपाय आपल्या बायकोला पसंत पडण्याला लायक होतील. जिचे मूल जिवंत आहे अशा दाईला जागा मिळेल किंवा नाही याबद्दल नवऱ्याने दुसऱ्या दिवशी चौकशी करून यावे अशी एक तोड निघाली. त्याप्रमाणे नवऱ्याने तपास केला. तेव्हा मागच्या एका दाईचे मूल रात्रीचे रडत असे आणि त्यामुळे साहेबांची झोपमोड होई. तेव्हापासून मूल असलेली दाई ठेवायची नाही असा साहेबांनी निश्चय केला असल्याचे त्याला कळले. तेव्हा तिकडूनही निराशा झाली आणि शिवाय ही चौकशी करण्यात दिवस मोडला तो निराळाच. अशा रीतीने त्या दिवशीही फिरून उपास पडला आणि त्या दिवशीची रात्र भुकेच्या व्याकूळपणात आणि पुढे कसे करावे या चिंतनात गेली. अखेरीस कवींना आणि राजाच्या मंत्र्यांना नवीन क्लृप्त्या सुचत असतात अशा पहाटेच्या प्रहरी त्या बायकोच्या डोक्यात एक विचार आला आणि तुमच्यापाशी एखादा पैसा आहे काय असे तिने आपल्या नवऱ्याला विचारिले. नवऱ्याने सगळ्या चिंध्यांच्या गाठी सोडून पाहिल्या तो त्यातून दोन पैसे निघाले व त्याने शेजारच्या झाडाच्या बुंध्यापाशी दोन पैसे पुरून ठेविले होते ते त्याने उकरून काढले. ही संपत्ती पाहून बायकोला समाधान वाटले व एवढ्या पैशात वाटेल तितक्या मुलांना दुःखमुक्त करता येईल, असे पाहून तिला आनंद झाला. यातल्या एका पैशाची तुम्ही अफू घेऊन या, असे तिने आपल्या नवऱ्याला सांगितले. एक पैशाची काय, मी पाहिजे असल्यास या सगळ्या पैशांची अफू घेऊन येतो, असे म्हणून काही वेळाने ते चार

पैसे हातात खुळखुळवीत तो निघाला. इतक्यात साहेबाचा पट्टेवाला त्याच्याकडे मोठ्या सचिंत मुद्रेने येऊन त्याला व त्याच्या बायकोला उद्देशून बोलू लागला की, 'तुम्ही कमनशिबी आहा! बाई, तुला दाईची जागा मिळत नाही! दुसरी एक अशीच बाई नुकतीच बाळंतीण झालेली आहे, तिला या जागेची कुणकुण कळल्यामुळे ती आज रात्री आपल्या मुलाची काहीतरी वाट लावून उद्या आमच्या येथील दाईची जागा पटकावणार आहे! मला तुमची दया आल्यामुळे मी ही बातमी तुम्हाला सांगण्याकरिता गुप्तपणे येथे आलो आहे. जिचे मूल आधी मरेल तिला ती जागा मिळणार आहे. जागेचा पगार आठ रुपये आहे. शिवाय कपडालत्ता, खाना निराळा. जी आपल्या मुलाचा निकाल आधी लावील तिला हे सुख मिळणार आहे. ही वर्दी तुम्हाला आधी देऊन मी तुमचा किती फायदा केला आहे हे सांगण्याची सोय नाही. याबद्दल मला तुमच्याकडून काहीतरी बक्षीस मिळाले पाहिजे.' असे म्हणून नवऱ्याच्या हातात जे पैसे खुळखुळत होते ते बरेचसे आहेत असे समजून ते बक्षीस त्याच्या हातातून हिसकावून घेऊन पट्टेवाला घाईघाईने निघून गेला. पट्टेवाल्याचे वर दिलेले बोलणे ऐकून ती बाई म्हणाली : ''काय माझ्या आधी ती आपल्या मुलाला मारते! थांबा, ती आज रात्री आपल्या मुलाला मारणार आहे काय! तर मग मी आपल्या मुलाला आता दिवसाच मारून टाकते! जा! घेऊन या हो अफू!'' यावर दुःखाश्रू डोळ्यांत आणून नवरा म्हणाला, ''वेडे! अफू कशाची आणू? माझ्यापाशी चार पैसे होते तेसुद्धा तो पट्टेवाला बक्षीस म्हणून घेऊन गेला. आता विष खायलासुद्धा पैसा जवळ नाही. पण तू निराश होऊ नको. परमेश्वरासारखे कल्पक सृष्टिकर्ते आणि इंग्रजांसारखे कनवाळू राज्यकर्ते असताना आपल्याला काहीएक कमी नाही. देवाने नखे कशाकरिता दिलेली आहेत, हे तुला माहीत आहे काय? तसेच इंग्रजांनी सर्व प्रकारची शस्त्रे लोकांच्या हातून काढून घेतली असता त्यांनी लोकांच्या हातांत नखे कायम ठेविली आहेत. त्यात त्यांचा किती ममताळूपणा आणि दूरदर्शीपणा आहे याची तुला कल्पना तरी आहे काय?'' या सूचक भाषणाने पुढे काय करायचे ते त्या बाईच्या ध्यानात आले. बाळंत झाल्यापासून उपाशी असलेल्या आईचे मूल फार शहाणे आणि मातृवत्सल होते. आपल्या आईच्या नखालाही धक्का लागावा हे त्याला इष्ट नव्हते. म्हणून साहेबांच्या घरचा दाईपणा पत्करण्याकरिता आपल्या आईला पाठविण्याच्या तयारीला ते मूल आधीपासूनच लागले होते. त्या त्याच्या प्रयत्नांनी आणि काही आईबापाच्या प्रयत्नांनी ते देवाने बनविलेले भांडे एकदाच फुटले. एकदा लहानसा रडण्याचा आवाज झाला. मानेखाली थोडेसे रक्त वाहिले, डोळे मिटले आणि श्वास बंद झाला.

दुष्ट लोक जेथे नाहीत असा जगाचा एकही भाग सापडायचा नाही. पोलिसांना बालहत्येचे पातक झाल्याचा वास आला व ते हळूहळू इकडेतिकडे धामधूम करू

लागले. दुसरी जी बाई आपले मूल मारणार होती तिचा हिरमोड झाल्यामुळे तिने चहाडी केली. इकडे मेलेल्या मुलाचा बाप त्याच्या पुढील व्यवस्थेला लागला. तो पूर्वी शहरात राहत होता व बड्या लोकांत वागलेला होता. त्याला इंग्रजी मोठेसे येत आणि समजत होते असे नाही तरी पण लोकांच्या नेहमीच्या सहवासाने 'God save the Queen', 'Long live the Queen,' (देव राणीचे रक्षण करो, राणी चिरायू होवो) इत्यादी वाक्ये त्याच्या अगदी तोंडी बसल्यासारखी झाली होती व त्यांचा अर्थ समजून तो बहुतेक प्रसंगी ही वाक्ये मोठ्याने ओरडून म्हणत असे. हल्लीच्या प्रसंगी झालेल्या खेदकारक गोष्टीचा फारसा बभ्रा होऊ नये म्हणून प्राण वजा जाऊन बाकी राहिलेली रक्कम आपल्या जवळच्या सर्व चिंध्यांमध्ये जितकी झाकता येईल तितकी झाकून बाकीची घोंघावणाऱ्या माश्यांकरिता मोकळी ठेवून तो एकंदर ऐवज आपल्या खांद्यावर टाकून 'God save the Queen', 'Long live the Queen,' असे म्हणत निघाला. इतक्यात पोलीस पाटील व आणखी काही मंडळींनी तेथे त्याला थांबविले व पंचनामा केल्याखेरीज प्रेत नेऊ नको असे त्यांनी त्याला सांगितले. तेव्हा 'Long live the Queen,' असे म्हणून त्याने आपल्या खांद्यावरील ओझे खाली टाकले. चौकशी सुरू झाली, तेव्हा आईने व बापाने दोघांनीही सांगितले की, दुष्काळामुळे मुलगे मेले. पण यावर पोलिसांकडून असे प्रतिपादन करण्यात आले की, सरकारने येथे एवढे मोठे अन्नछत्र घातले असता हे मूल दुष्काळामुळे मरावे कसे? तेव्हा याला तुम्ही विष घालूनच मारले असले पाहिजे. याचे पोट फाडून पाहिले पाहिजे. असे ठरल्यानंतर लगेच डॉक्टरकडे नेऊन आईबापांच्या समक्ष त्या मुलाचे पोट चिरण्यात आले. हे कृत्य चालले असता मुलाचा बाप अतिशय आनंदात होता व 'God save the Queen', 'Long live the Queen!' या शब्दांचा जयजयकार त्याच्या तोंडून मधूनमधून चालला होता. डॉक्टरने मुलाचे प्रत्येक आतडे शोधून पाहिले; परंतु त्यात अफूचा, अन्नाचा, दुधाचा किंवा रक्ताचा पुराव्याकरिता कोठे थेंबही सापडला नाही. नंतर सगळी बाहेर काढलेली आतडी एकत्र गोळा करून आत कोंबून फिरून डॉक्टरने पिशवीचे तोंड शिवून बंद केले व विषप्रयोगाने मृत्यू झालेला नाही, असा शेरा देऊन तो मुडदा पोलिसांच्या हवाली करण्यात आला. नंतर पंचनामा करण्याकरिता जमलेल्या पंचांत फिरून अशी शंका पोलिसांकडून निघाली की, कदाचित नखाने गळा दाबून मृत्यू आणला असेल. या मुद्द्यावर चौकशी व्हायची, तो इतक्यात साहेबाचा पट्टेवाला तेथे आला व त्याने बाई मोकळी झालेली पाहिल्याबरोबर तिला बंगल्यावर चलण्याविषयी सांगितले. पंचनाम्यातील लोकांना त्या वेळी कळून आले की, साहेबांना दाईची फार जरुरी आहे आणि पंचनाम्यात स्वाभाविक मृत्यू आला असे ठरले नाही तर ही बाई या गुन्ह्यात अडकली जाऊन साहेबांची खोटी होईल आणि साहेब युरोपियन

असल्यामुळे कदाचित सरकारी कामाला आपण अडथळा केल्यासारखे होईल. ही गोष्ट लक्षात आणून मुलगा आपोआप मेला असे पंचांत ठरले. पोलिसांनी जमविलेले पंच आपल्या घरोघर गेले. मुलाची आई पट्टेवाल्याबरोबर त्या दुसऱ्या बाईच्या आधी साहेबाच्या बंगल्यावर दाई होण्यासाठी गेली आणि बापाने 'Long live the Queen,' असे म्हणून आपल्या मुलाचे प्रेत दोन्ही हातांत उचलून घेतले. इतक्यात एक तिऱ्हाईत इसम त्याच्यापुढे येऊन म्हणाला, "अरे भल्या गृहस्था! मुलाचा खून केल्याबद्दल फाशी गेला असतास त्या तुला ज्या पोलिसांनी वाचवले, त्यांची तुला काहीच दया येत नाही? त्यांना काही बक्षीस दिल्यावाचून चाललास?" तेव्हा त्या पोलीस शिपायांच्या मेहनतीबद्दल त्याचे अंत:करण गहिवरून जाऊन तो म्हणाला : "त्यांना माझ्यासाठी फार श्रम पडले खरे. पण त्यांच्या श्रमाइतके देण्याला माझ्यापाशी काही नाही. फक्त तो एक भाकरी भाजण्याचा तवा त्या झाडाखाली पडला आहे तो त्यांना घेऊ द्या." त्यांनी तो तवा नेलेला पाहिल्यानंतर तो आपल्या मुलाचे प्रेत घेऊन थोडासा दूर गेला; परंतु खणण्याला काही साधन नसल्यामुळे ते तसेच उघडे टाकून तो परत आला व आपली हातोडी घेऊन रुपयाप्रमाणे दगडांच्या राशीवर आनंदाने बसून त्याने आपले खडी फोडण्याचे काम सुरू केले. इकडे त्याची बायको बंगल्यावर गेल्याबरोबर तिला कामावर रुजू करण्यात आले. तिला साबणाने अंघोळ घालून नवीन कपडे देण्यात आले व थोडेसे खाल्ल्यानंतर मेमसाहेबांपासून मूल पाजण्याकरिता घेऊन ती एकीकडे बसली. दुसऱ्याचे मूल मांडीवर घेतल्याबरोबर तिला आपल्या मुलाची आठवण झाली. तिचे डोळे अश्रूंनी भरून आले आणि ती एका बाजूला पाजीत असता तिच्या दुसऱ्या स्तनातून प्रेमाचा पान्हा फुटून दुधाच्या धारा वाहू लागल्या. तिचे मूल तिच्या डोळ्यांसमोर दिसू लागले. 'ते असे प्याले असते, त्याने माझ्याकडे असे पाहिले असते, मी त्याचा असा मुका घेतला असता, ते मोठे झाले असते, ते रांगू लागले असते, ते बोबडे बोलले असते आणि त्याने मला 'आई' म्हणून हाक मारली असती. आता मला 'आई' म्हणून कोण म्हणेल? मी आपले मूल आपल्या हातांनी मारून टाकले आणि त्या मुलासाठी देवाने मला दूध दिले होते त्यावर मी दुसऱ्यांची मुले पोशीत आहे, हा माझा केवढा अधमपणा!' असे अनेक विचार तिच्या मनात घोळत असता मधेच तिला झोपेची डुलकी लागली आणि स्वप्नाच्या तंद्रीत सकाळी झालेल्या गोष्टी तिला फिरून दिसू लागल्या. मुलाच्या मानेला नख लावल्यानंतर ते जे ओरडले तेच ओरडणे तिला झोपेत ऐकू आल्यासारखे वाटले आणि झोपेतून ती दचकून जागी झाली व आपल्या बोटाच्या नखाकडे निरखून पाहू लागली. पण नखात आता काय राहिले होते? साबणाने उरलले सुरलेले रक्त सर्व साफ धुऊन गेलेले होते. तरी अजून ते नख लालच आहे असे तिला वाटे व त्याला रक्ताची घाण येत आहे असाही तिला भास होई. तिच्या

वेडगळपणाच्या निरनिराळ्या वृत्ती बदलत असता काही वेळाने संध्याकाळ झाली व मुलाला फिरायला बाहेर नेण्याविषयी मेमसाहेबांचा दाईला हुकूम झाला. एक हस्तिदंती लहान मुलांची सुंदर गाडी बाहेर आली. एक बॉय गाडीवर छत्री धरण्याकरिता गाडीजवळ येऊन उभा राहिला. गाडीच्या पुढे चालण्याकरिता एक नोकर तयार झाला आणि दाईने मुलाला उंची उबेच्या वस्त्रात गुंडाळून गाडीत आणून ठेवले आणि अशा रीतीने ती मिरवणूक हवा खाण्याकरिता निघाली. एकीकडे दुष्काळात खायला अन्न नाही म्हणून नख देऊन मुले मारावी लागतात आणि दुसरीकडे पन्नास अनाथ मुलांचा खर्च एका मुलाच्या तैनातीमध्ये केला जातो हे विचार दाईच्या मनात येऊन परमेश्वराच्या आणि इंग्रजांच्या घरच्या न्यायाबद्दल तिला बरेच आश्चर्य वाटले. अशा प्रकारच्या दैवाच्या विचित्र गतीचा विचार करीत त्या मुलाची गाडी ढकलीत ढकलीत बाकीच्या नोकरांबरोबर ती बरीच दूर गेली. तो प्रदेश व त्याच्या आसपासचा प्रदेश बहुतेक सगळे जंगलच होते आणि अशा जंगलातून कोल्ह्यांचा फार उपद्रव असतो. तिच्या नवऱ्याजवळ फावडे, कुदळ वगैरे काही नसल्यामुळे आपल्या मुलाचे प्रेत जमिनीवर उघडेच टाकून तो आला होता. कोल्ह्यांनी ते फाडून आणि छिन्नविच्छिन्न करून ज्या सडकेवरून ही वरील मिरवणूक चालली होती त्या सडकेवर ओढीत आणून टाकले होते. दाई वर सांगितलेल्या विचारांत निमग्न होऊन गाडी ढकलीत असता गाडीला हिसका बसून गाडी पलीकडे गेली आणि तिच्या पायाला काही गार लागले. तेव्हा शुद्धीवर येऊन तिची दृष्टी पायाकडे गेली. डॉक्टरांनी व कोल्ह्यांनी फाडून छिन्नविच्छिन्न केल्यामुळे जरी त्याचा वरचा भाग ओळखता येण्यासारखा उरला नव्हता, तरी तिने 'या पायाच्या पोटऱ्या आपल्या मुलाच्या आहेत' हे ओळखले. आपल्या पोटच्या गोळ्यांना कोल्हे फाडून खातात आणि आपण दुसऱ्यांच्या गोळ्यांना डोक्यावर घेऊन नाचतो या दुःखदायक स्थितीबद्दल दिला अतिशय खेद झाला; परंतु तिला जास्त काही करता येत नसल्यामुळे ती तशीच पुढे चालती झाली. अखेरीस संध्याकाळी बंगल्यावरचे काम आटोपल्यानंतर मुलाच्या प्रेताची व्यवस्था लावण्याकरिता ते झाकून घेऊन आपल्या नवऱ्याजवळ आली व त्याला झालेली सर्व हकिकत सांगून व त्या प्रेताची नीट व्यवस्था लावण्याविषयी बजावून ती माघारी बंगल्यावर गेली. नवऱ्यापाशी प्रेत पुरण्याला दुसरे साधन नसल्यामुळे व कोल्ह्याचा त्रास फार असल्यामुळे खडीच्या राशीखाली त्याने प्रेत दाबून टाकले आणि 'God save the Queen' असे म्हणत तो त्याच राशीवर बसला.

इतक्यात आकाशातून शंकर-पार्वतीची स्वारी आपल्या गणांसह विमानात बसून रामेश्वरावरून कैलास पर्वतावर चालली होती. त्या वेळी पार्वतीची दृष्टी अकस्मात ते मुलाचे प्रेत, त्यावरील खडीचा ढीग आणि त्यावरील तो उपाशी

मनुष्य यांच्याकडे गेली व तिने हा काय चमत्कार आहे, म्हणून शंकराला विचारले. तेव्हा तिला सगळी हकिकत सांगणे शंकराला भाग पडले. तेव्हा पार्वती क्रोधायमान होऊन शंकराला म्हणाली : 'रामेश्वरापासून कैलासापर्यंत सदोदित तुमचा संचार असून, असल्या दु:खी मनुष्याची तुम्हाला काहीच करुणा येत नाही हे काय? आधी हे विमान थांबवा आणि कोणीतरी एक गण पाठवून त्या खडीच्या ढिगावर बसलेल्या मनुष्याला आपल्याबरोबर स्वर्गलोकात घेऊन चला.' शंकर म्हणाले : 'पार्वती, तू चुकते आहेस. कृपा अस्थानी आहे. तरी पण तुझा आग्रहच आहे म्हणून मी एक दूत पाठवितो.' भगवान गिरिजापती असे बोलत आहेत तो आकाशात विमान थांबले आणि त्या खडीवर बसलेल्या मनुष्यापुढे एक दिव्य तेजाचा, जटाधारी व व्याघ्रांबर पांघरलेला बैरागी येऊन उभा राहिला. त्याला पाहताच या खडी फोडणाऱ्या मजुराला वाटले की, हा कोणीतरी भीक मागण्याकरिता आलेला आहे; असे वाटून तो त्या बैराग्याला म्हणू लागला, "काहीएक काम न करता भीक मागत सुटण्याने हिंदुस्थान देश बुडाला आहे. माझ्यापाशी असती तरीसुद्धा मी तुला भिक्षा घातली नसती. तुला पोटाला पाहिजे असेल, तर चल ते दगड घेऊन फोडीत बैस. इंग्रज राज्यात काम करणाऱ्या पोटाला अन्नाचा तोटा नाही." हे त्याचे मूर्खपणाचे उद्गार ऐकून त्या बैराग्याला हसू आले व आपण कोण आहो, याबद्दल त्याने त्याला थोडीशी माहिती सांगितली. तेव्हा तर या खडी फोडणाराला फारच राग आला. हा इसम पूर्वीचा फार बहुश्रुत होता व मोठ्या लोकांच्या तोंडून सर्व नास्तिकपणाचे विचार त्याच्या कानावरून गेलेले होते. त्यांची आठवण होऊन तो म्हणाला, "अरे ढोंग्या, तू मला फसवतोस काय! देव-धर्म कुछ नाही, हे सब झूठ आहे, असे मोठमोठ्या लोकांचे म्हणणे मला माहीत नाही असे तू समजतोस की काय? पोटाला पाहिजे असेल तर खडी फोडायला बैस, नाहीतर चालता हो. देव म्हणजे दगड आणि दगड म्हणजे खडी! तेव्हा अर्थातच या इंग्रजी युगात खडी हाच देव आहे! याचे सकाळपासून संध्याकाळपर्यंत सेवन केले म्हणजे थोडे बहुत खायला मिळते. हा घे हातोडा आणि कर या देवाची उपासना!" हे ऐकून त्या देवदूताला फारच खेद झाला. मनुष्याचे गुलामगिरीतील विचार किती अधोगतीला जातील याची त्याला कल्पना नव्हती. तरी पण काही चमत्कार दाखवून आपण खरोखरच देवदूत आहो अशी त्याने त्या खडी फोडणाराची खात्री केली व तू येत असशील तर तुला मी स्वर्गात घेऊन जातो असे त्याने सांगितले. तेव्हा बराच वेळ विचार करून तो खडी फोडणारा म्हणाला : "आधी स्वर्ग तरी आहे काय? इंग्रजी पंडितांनी असे ठरविले आहे की, स्वर्ग म्हणून काही नाही. पण जर स्वर्ग असला, तरी तो मला काय करायचा आहे? आमच्यातील सगळ्या शहाण्या लोकांनी आम्हाला असे शिकविले आहे की, हिंदुस्थानासारखा सुखी देश दुसरा कोणताही

नाही आणि इंग्रजांसारखे उत्कृष्ट राजे दुसऱ्या कोठेही मिळायचे नाहीत. तेव्हा नको रे बाबा, मला तुझा तो स्वर्ग! तेथे न्यायमनसबा काही नसेल. अशा ठिकाणचा जुलूम कोणी सहन करावा! तेथे स्वतंत्रतेचा तर मला वाटते गंधही नसेल आणि हिंदुस्थानात पाहा, आम्हाला किती तरी प्रकारची स्वातंत्र्ये आहेत! व्यक्तिस्वातंत्र्य, विचारस्वातंत्र्य, मतस्वातंत्र्य, स्त्रीस्वातंत्र्य, भाषणस्वातंत्र्य, मुद्रणस्वातंत्र्य, मरणस्वातंत्र्य, अशा नाना प्रकारच्या स्वातंत्र्याची येथे गर्दी उसळून गेली आहे! स्वर्गात काय, सगळे देवांचे गुलाम! आणि मला तर गुलामगिरीचा इतका तिटकारा आला आहे की, मी ती स्वर्गातसुद्धा पत्करणार नाही. स्वर्गातले राजे वाटेल तसे वागत असतील. त्यांच्याशी भांडण्याकरिता लोकांचे प्रतिनिधी त्यांच्या कौन्सिलमध्ये नसतील. राजांचे औदार्य दाखविण्याचे प्रसंग येण्याकरिता तेथे दुष्काळ नसतील. अशा कंगाल स्वर्गलोकात येऊन मी काय करू? त्या स्वर्गलोकात आहे काय? दुष्काळ आहे की प्लेग आहे, की साहेब आहेत, की कर आहेत, का अन्नाची टंचाई आहे, की प्लेग टोचण्याची लस आहे, की पोलीस आहे, की चहाडी सांगून मोठे होण्याची संधी आहे, की आईला नमस्कार करण्याची बंदी आहे, की सुखकर इंग्रजी साम्राज्य आहे, की दुष्काळ पडला तर रिलीफ कामे आहेत, की मी खडी फोडीन म्हटले तर दगडांचे तरी ढीग आहेत? यापैकी जर तेथे काहीएक नाही, तर मी तेथे येऊन काय करणार? मला ते काही नको. तू येथून चालता हो.'' असे म्हणून त्याने त्या देवदूताला खडीच्या राशीतील दगड मारून आपल्या जवळून घालवून लाविले. देवदूत गुप्त झाला. शंकरांना वाईट वाटले. गुलामगिरीची चटक किती भयंकर आहे, याबद्दल पार्वतीची खात्री झाली. घंटा घणघण वाजू लागल्या. विमान आकाशमंडळामध्ये अदृश्य झाले आणि संध्याकाळच्या शांततेमध्ये या खडी फोडणाराच्या हातोड्याचे आवाज फिरून ऐकू येऊ लागले. याच्यासारखा प्रामाणिक खडी फोडणारा कोणीही नसेल. याने पुढे पंचवीस दुष्काळ पाहिले व हा ज्या प्रांतात राहत होता, त्या प्रांतातील निदान चार-पाच मैल तरी रस्ते याच्या हातच्या खडीने तयार झालेले आहेत! आपल्याला परमेश्वर दीर्घ आयुष्य देईल तर सगळ्या हिंदुस्थानचे रस्ते आपल्या स्वतःच्या हातच्या खडीने आपण सुशोभित करून देऊ अशी त्याची महत्त्वाकांक्षा होती! परंतु बिचारा चार-पाच वर्षांपूर्वी एकाएकी गोळी लागल्याचे निमित्त होऊन मरण पावला!

■

✧✧✧✧✧✧✧✧✧✧✧✧✧✧✧✧✧

लायकर्गसचे कायदे

✧✧✧✧✧✧✧✧✧✧✧✧✧✧✧✧✧

परिचय

शिवरामपंतांच्या निबंधाचा हा थोडा निराळा असा नमुना आहे. प्राचीन काळी ग्रीस देशात स्पार्टा नावाचे एक संस्थान होते. त्या संस्थानाकरिता तिथला एक श्रेष्ठ पुरुष लायकर्गस याने जे कायदे केले त्याची माहिती पंतांनी या लेखात दिली आहे. तथापि लेखकाचे स्वदेश-प्रेम आणि स्वदेशाकरिता मृत्यूला कवटाळायला सदैव सिद्ध असणे हाच प्रत्येकाचा धर्म आहे या तत्त्वावरील त्यांची श्रद्धा ही दोन्हीही माहिती देताना व्यक्त झाली आहेत. हिंदुस्थानातल्या माणसांची मने निश्चेष्ट झाली आहेत, परक्या सरकारने धूर्तपणाने असे कायदे केले आहेत की, त्यात स्वातंत्र्यप्रेमाचा विकास व्हायला अवसरच उरू नये, ही शिवरामपंतांना सतत टोचणारी जाणीव लेखात मोठ्या परिणामकारक रीतीने प्रकट झाली आहे. ते म्हणतात, 'मनुष्य हा एक प्रकारचा मातीचा गोळा आहे. मातीच्या गोळ्याला ज्या साच्यात घालावे त्याचप्रमाणे त्याला आकार येतो. तीच गोष्ट कायद्यांची आहे. लायकर्गसने स्पार्टन लोकांना चांगल्या साच्यात घातले म्हणून ते शूर लोक बनले. एखाद्या स्वार्थसाधू कायदेवाल्याने त्यांना आपमतलबी साच्यामध्ये घातले असते तर तेच स्पार्टन लोक भित्रे, नेभळे, मेषपात्र, कमकुवत, कुचकामाचे, टाकाऊ, नादान, पाजी, चहाडखोर, धनलोभी, कृतघ्न, नास्तिक, दास्यप्रिय आणि देशद्रोही झाले नसते काय?' शेणातल्या किड्याप्रमाणे गुलामगिरीत रमणाऱ्या आणि आपल्या क्षुद्र स्वार्थी जीवनाबाहेर ढुंकूनसुद्धा न पाहणाऱ्या लोकांविषयी शिवरामपंतांना किती चीड

वाटत होती हे अशा मनुष्यांचे वर्णन करताना त्यांनी जी चौदा विशेषणे वापरली आहेत यावरून सहज दिसून येईल.

लायकर्गसच्या कायद्यांत आजही आपल्याला उपयोगी पडू शकतील अशा अनेक गोष्टी आहेत. पण चांगले लोक तयार करण्याकरिता त्याने ज्या कल्पना काढल्या होत्या त्यापैकी काही आजच्या काळाच्या दृष्टीने अत्यंत अनुचित आणि अमानुष आहेत. उदाहरणार्थ, जन्मलेले प्रत्येक मूल सशक्त आहे की, अशक्त आहे हे जाणत्या लोकांनी पाहायचे आणि मूल अशक्त असल्यास ते फेकून द्यायचे ही स्पार्टन लोकांची चाल आजच्या समाजाला राक्षसी वाटल्यावाचून राहणार नाही. आपल्याकडे काही रानटी जातींत मुलगी झाली की, तिचा जीव घेऊन टाकायचा अशी फार पूर्वी एक रूढी होती. या अघोर रूढीशीच लायकर्गसच्या या कायद्याची तुलना करावी लागेल. मनुष्य हा विचार करणारा आणि विकास पावणारा प्राणी आहे, या दृष्टीने लायकर्गसने त्याच्याकडे कधीच पाहिले नाही असे दिसते. जगात जन्माला आलेल्या मुलाला निसर्गत: काही मूल्य आहे ही कल्पनाच त्याच्या मनाला शिवली नसावी. जन्माला आलेली मुले म्हणजे कच्चा माल! तो कायद्याच्या चरकात घालून त्याचा पक्का माल तयार करायचा हेच सरकारचे कर्तव्य आहे, अशी या पंडिताची प्रामाणिक समजूत असली पाहिजे. आज लायकर्गस पृथ्वीवर आला तर मानवी समाजात व्यक्तिस्वातंत्र्याची जी वाढ झाली आहे ती पाहून त्याला अचंबा वाटेल. आजच्या काळातही समाजाचे व्यक्तीवर नियंत्रण असणे आवश्यक आहे यात संशय नाही; पण त्या नियंत्रणामुळे खांबाला साखळीने बांधून ठेवलेल्या माकडासारखी माणसाची स्थिती होता कामा नये. मात्र लायकर्गसचे कायदे आपल्याला कितीही कठोर वाटले तरी चांगले लोक आयत्या वेळी तयार होत नसतात, लहान मुलांमधून चांगले लोक निर्माण करून घ्यावे लागतात, हे त्याच्या कायद्यांतून सूचित होणारे तत्त्व अबाधित आहे याबद्दल दुमत होणार नाही.

युरोपखंडातील प्राचीन इतिहासामध्ये अतिशय भरभराटीस आलेली, अतिशय संपन्न झालेली, पराक्रमासाठी अतिशय नावाजलेली आणि विद्या, कलाकौशल्य, तत्त्वज्ञान, पांडित्य, शास्त्राभ्यास, वगैरे गोष्टींनी अतिशय सुधारलेली अशी दोन

राज्ये होती; एक ग्रीसचे आणि दुसरे रोमचे. ही दोन राज्ये अभ्युदयाला येण्याला जी अनेक कारणे झालेली आहेत, त्यात ग्रीसमध्ये लायकर्गसच्या कायद्यांना आणि रोममध्ये स्टोइक पंथाच्या मतांना बऱ्याच वरच्या प्रतीचे स्थान दिले पाहिजे. या दोहोंपैकी स्टोइक पंथाच्या मतांचा अथवा स्टोइसिझमचा इतिहास फिरून केव्हातरी वाचकांपुढे सादर करण्याचे आश्वासन देऊन आज आम्ही लायकर्गसच्या कायद्यांकडे वळतो.

ग्रीस देशात अनेक लहान लहान संस्थाने होती. त्यातीलच स्पार्टा हे एक होते. लायकर्गस हा मूळचा स्पार्टामधील व त्याने कायदे केले ते मुख्यत्वेकरून आपल्या स्पार्टाकरिताच केले; परंतु क्रमाक्रमाने आणि परंपरेने त्या कायद्यांचा परिणाम सर्व ग्रीस देशावरही झाला व अशा दृष्टीनेच लायकर्गसचे कायदे ग्रीसच्या अभ्युदयाला कारणीभूत झाले असे वर म्हटलेच आहे. वास्तविकदृष्ट्या लायकर्गसच्या कायद्यांचा पहिला परिणाम स्पार्टन लोकांवरच झाला. ज्या कायद्यांचा स्पार्टन लोकांवर असा अद्भुत परिणाम झाला, ते लायकर्गसचे कायदे जसे विलक्षण होते, तसे लायकर्गसचे चरित्रही थोडेसे विलक्षणच आहे. स्पार्टा देशावर यूनोमस या नावाचा कोणी एक राजा राज्य करीत असे. त्याच्या मरणानंतर पॉलिडेक्टस हा त्याचा मुलगा राज्यावर बसला. लायकर्गस हा पॉलिडेक्टसचा भाऊ होता. पॉलिडेक्टस मरण पावला तेव्हा त्याला पुत्रसंतान नव्हते. परंतु त्याची बायको त्या वेळी गरोदर होती. तिला जरी पुत्र होण्याची आशा होती तरी ती उदार अंत:करणाची असल्यामुळे तिने लायकर्गसला राज्यावर बसण्याविषयी फार आग्रह केला. लायकर्गसचे अंत:करण तिच्यापेक्षाही अधिक उदार होते. त्यामुळे या दोघांच्या उदारपणाच्या लढाईमध्ये लायकर्गसच्या उदारपणालाच अखेरीस जय मिळाला. लायकर्गसने राज्यावर बसण्याचे नाकारिले व आपल्या भावाच्या बायकोला होणारा मुलगा वयात येईपर्यंत त्याचे लालनपालन करून त्याचा राज्यकारभार आपण स्वत: लक्षपूर्वक पाहण्याचे पत्करले. या उदारपणाच्या बाबतीत लायकर्गसला आपल्या इकडील भीष्माचार्यांचीच उपमा योग्य आहे. स्वत: राज्यावर न बसता आपला भाऊ विचित्रवीर्य याच्याकडून राज्य चालविणाऱ्या भीष्माचार्यांप्रमाणे असली दुर्घट कृती या लोभी जगामध्ये लायकर्गसशिवाय दुसऱ्या कोणाच्या हातून झाली असती? लायकर्गस फार बुद्धिमान पुरुष होता व त्याने प्रवासही पुष्कळ केला होता. इजिप्त आणि हिंदुस्थान हे जे त्या वेळच्या सुधारणेच्या दृष्टीने अग्रगण्य देश तेही त्याने पाहिले होते असे म्हणतात. अशा रीतीने बऱ्याच देशांतून प्रवास करून परत आल्यानंतर त्याला असे आढळून आले की, आपल्या पुतण्याचा अंमल बरोबर बसलेला नाही व स्पार्टन लोक अतिशय स्वैराचारी झालेले आहेत. अशी स्थिती पाहून आपल्या देशातील लोकांना ताळ्यावर आणण्याकरिता व त्यांना इतर सर्व देशांतील लोकांपेक्षा अधिक योग्यतेला नेऊन

पोहोचविण्याकरिता लायकर्गसने आपले प्रसिद्ध कायदे रचविले व ते स्पार्टामध्ये चालू केले. या कायद्यांसंबंधाने अशी एक आख्यायिका आहे की, हे कायदे सुरू झाल्यानंतर काही वर्षांनी लायकर्गस परदेशी प्रवासाला जाण्याकरिता निघाला तेव्हा त्याने आपल्या स्पार्टन लोकांना असे सांगितले की, मी परत येईपर्यंत या कायद्यांत काहीएक फेरबदल न करिता ते आहेत तसे तुम्ही पाळा. असे सांगून लायकर्गस जो गेला तो फिरून कधीही आला नाही. सूर्याच्या गतीचाही निरोध करण्यासाठी प्रवृत्त झालेल्या विंध्य पर्वताला 'मी दक्षिण दिशेकडे जाऊन परत येईपर्यंत तू असाच ठेंगणा होऊन राहा.' असे सांगून दक्षिणेकडे गेलेले अगस्ती ऋषी ज्याप्रमाणे दक्षिणेकडून उत्तरेकडे कधीच परत गेले नाहीत, त्याचप्रमाणे स्पार्टामधून गेलेला लायकर्गस स्पार्टामध्ये परत कधीही आला नाही. त्याच्या आज्ञेप्रमाणे स्पार्टन लोक त्याचे कायदे मात्र काळजीपूर्वक रीतीने पाळीत होते व त्यापासून त्यांचा फायदाही झाला. अशा रीतीने लायकर्गसचा हेतू पूर्णपणे सफल झाला. डेलफाय येथील देवतेने असा शकुन दिला होता की, स्पार्टन लोक जोपर्यंत लायकर्गसचे कायदे पाळतील, तोपर्यंत त्यांची भरभराट झाली पाहिजे व हे भविष्य अगदी खरे ठरले. लायकर्गसचे कायदे सुरू होण्याचे पूर्वी ग्रीस देशामध्ये आरगॉस वगैरे संस्थाने प्रमुख होती व स्पार्टाचा नंबर बराच खालती होता; परंतु लायकर्गसचे कायदे सुरू झाल्यापासून सर्व संस्थानांमध्ये स्पार्टा हे प्रमुख झाले. स्पार्टाने मेसीनीचे संस्थान जिंकून पादाक्रांत केले, शौर्याबद्दलची आपली कीर्ती दिगंतरी पसरविली आणि ग्रीस देशातील बराच भाग आपल्या हस्तगत करून घेतला व स्पार्टाचे एकंदर इतके वजन वाढले की, इराणच्या बादशहाने ग्रीस देशावर स्वारी करण्याचे जेव्हा मनात आणिले तेव्हा अथेन्सनेही स्पार्टाजवळ मदत मागितली. इतके सर्व महत्त्व लायकर्गसच्या कायद्यांमुळे स्पार्टाला मिळाले. या कायद्यांनी स्पार्टामध्ये कोणी मोठमोठे तत्त्ववेत्ते किंवा कारागीर उत्पन्न झाले नाहीत हे खरे; जे झाले ते सर्व ब्रॉसिडास आणि लिओनिडास यांच्यासारखे शूर लढवय्येच उत्पन्न झाले; परंतु त्यांनीच स्पार्टाचे नाव जगामध्ये अजरामर करून ठेविले आहे. ज्या कायद्यांमध्ये असा विलक्षण प्रभाव होता आणि ज्या कायद्यांचा असा अद्भुत परिणाम झाला, हे कायदे काय होते व ते कसे पाळले जात असत, याबद्दलची काही माहिती आपल्या लोकांना असल्यास ती केवळ वायाच जाईल असे नाही.

लायकर्गसने कायदे करण्याच्या पूर्वी स्पार्टामधील लोक बरेच स्वच्छंदाचारी आणि दुर्वर्तनी झाले होते व श्रीमंत लोक गरिबांवर फार जुलूम करीत होते. ही सर्व अव्यवस्था 'लोभमूलानि पापानि' या न्यायाने लोभापासून होत आहे असे जाणून लायकर्गसने प्रथमत: जमिनीसंबंधाने एक कायदा केला. त्याने सर्व जमिनीचे ३९,००० सारखे विभाग केले व ते सगळ्यांना सारखे वाटून दिले. पूर्वी काही श्रीमंत लोकांपाशी सर्व

जमिनी येऊन राहिल्या होत्या व गरिबांपाशी एक वीतभरसुद्धा जमीन उरली नव्हती. त्यामुळे एकाच देशात अतिशय संपत्ती आणि अतिशय दारिद्र्य अशी जमल्यामुळे जे काही दुष्परिणाम व्हायचे ते सर्व स्पार्टातील श्रीमंत आणि गरीब लोकांना भोगावे लागत होते व उर्मटपणा, मत्सर, लुच्चेगिऱ्या, चैनबाजी, वगैरे दुर्गुणांचे स्पार्टामध्ये अतिशय प्राबल्य झाले होते. त्या सर्वांचा लय या जमिनीच्या सारख्या वाटणीने झाला. श्रीमंत आणि गरीब हा भेद बुडाला. श्रीमंतीला सन्मान आणि गरिबीला अपमान ही चाल बंद झाली. सर्व सारखे झाले आणि एकापेक्षा दुसऱ्याला श्रेष्ठत्व मिळवायचे झाले तर ते संपत्तीने मिळेनासे होऊन त्याला केवळ सद्‌गुणाचाच मार्ग उघडा राहिला. स्थावर मिळकतीसंबंधाने अशा रीतीने सर्वांमध्ये सारखेपणा उत्पन्न झाला. तरी पण जंगम मिळकतीसंबंधाने भेद उरलेलाच होता. तो हळूहळू नष्ट करण्यासाठी लायकर्गसने सोन्यारुप्याचे नाणे बंद करून लोखंडाचे नाणे सुरू केले व ते लोखंडी नाणे वजनाने अतिशय जड आणि किमतीने अतिशय हलके असे त्याने केले. त्यामुळे थोडेसे द्रव्यही इकडून तिकडे नेण्यासाठी लोकांना गाडीचाच उपयोग करणे जरूर पडत असे. या उपायाने आणि त्रासाने लोकांची अभिरुची द्रव्यावरून हळूहळू उडाली व तिचा कल शौर्याच्या कामाकडे वळविण्याविषयी लायकर्गस दुसरीकडे प्रयत्न करीतच होता. काही केले तरी, किती खोटी खते केली तरी, किती जबर व्याज घेतले तरी, आपल्या कुळाची जमीन कमी व्हायची नाही आणि आपली जमीन वाढायची नाही अशी सर्वांची खात्री झाल्यामुळे स्पार्टन लोकांचे लक्ष स्वाभाविकपणेच धनसंपन्न होण्यावरून उडून जगातील शौर्य, वीर्य इत्यादी उदात्त गोष्टीकडे वळले. संपत्तीमुळे चैनबाजी वाढते आणि चैनबाजीच्या सवयीपासून पुरुषाच्या अंगामध्ये नाजूकपणा आणि बायकीपणा उत्पन्न होतो, ही कारणपरंपरा लक्षात आणून आपल्या देशबांधवांना शौर्यसंपन्न करू इच्छिणाऱ्या लायकर्गसने संपत्तिमूलक अनर्थांचा नाश केल्यानंतर चैनबाजी आणि ऐशआराम यांच्यापासून होणाऱ्या वाईट परिणामांकडे आपले लक्ष वळविले. श्रीमंत लोक अतोनात खर्चाची पंचपक्वान्ने सेवन करूनही नाजूक आणि कमकुवत बनलेले होते व गरीब लोक पोटभर अन्न न मिळाल्यामुळे उपाशी मरत होते. ही स्थिती बदलण्याकरिता प्रत्येकाने आपापल्या घरी पंचपक्वान्नी किंवा अर्धपोटी जेवणाची चाल मोडून टाकून सर्व स्पार्टन लोकांनी एकत्र जमून एकच प्रकारचे अन्न खावे, अशी पद्धत लायकर्गसने सुरू केली. सार्वजनिक भोजनाच्या वेळी जे मिळेल ते सर्वांनी खावे, त्याशिवाय आपल्या घरी कोणी काही जास्त खाता कामा नये असे कायद्याने ठरले असल्यामुळे नाजूकपणा लवकरच नाहीसा झाला व संपत्ती आणि भोजन यांची सार्वजनिक रीतीने व्यवस्था लागल्यामुळे स्पार्टन लोकांमधील चोरी, लबाडी, वगैरे सर्व क्षुद्र मनोवृत्तीचे अन्याय एकदम नाहीसे झाले. का की, ते अन्याय करण्याचे कोणाला कारणच उरले नाही व अशा रीतीने स्पार्टन लोक अनायासेच सद्‌गुणाच्या आणि उदात्त मनोवृत्तीच्या मार्गाला

लागले. सार्वजनिक भोजनाच्या पद्धतीपासून दुसरेही अनेक फायदे उत्पन्न झाले. जेवणात कोणाचा नाजूकपणा आहे, हे या पद्धतीने ताबडतोब उघडकीस येई व अशा मनुष्याचा बाकी सर्वजण उपहास करीत. यामुळे सगळ्यांच्या बरोबर मिळालेले अन्न खाऊन नाजूक लोकही दणगट बनू लागले. एकेका ठिकाणी फक्त पंधराच लोकांनी जेवायला बसावे व त्यांच्या संमतीशिवाय तेथे दुसऱ्या कोणी येऊन जेवू नये असा निर्बंध असे. सार्वजनिक भोजनातील अन्न तयार करण्याची सामग्री प्रत्येकाला द्यावी लागत असे. परंतु सर्वांनी सारख्याच प्रतीचे अन्न खायचे हा मात्र त्यात विशेष होता व कोणी राजा असो किंवा रंक असो, सर्वांनी सार्वजनिक जेवणच जेवले पाहिजे, असा नियम असे. एकदा ॲजीस या नावाचा राजा बाहेर मोठे पराक्रम करून आणि कीर्ती संपादन करून परत आल्यानंतर आपल्या घरीच आपल्या राणीबरोबर जेवू लागला व सार्वजनिक जेवणाला येईनासा झाला. त्याबद्दल त्यालाही स्पार्टन लोकांकडून शिक्षा करण्यात आली. इतके हे कायदे कडक होते. लहान मुलेही या ठिकाणी जेवणाकरिता आणली जात असत. त्यांना ही एक प्रकारची शाळाच होती. या ठिकाणी वयोवृद्ध लोक राजकीय गोष्टींबद्दल वादविवाद करीत असत. तो ऐकून लहान मुलांच्या मनाला आयतेच एक प्रकारचे शिक्षण मिळत असे; परंतु तेथे ऐकिलेल्या गोष्टी गुप्त ठेवण्याविषयी मात्र त्या मुलांना ताकीद असे. त्यामुळे त्यांच्यामध्ये गुप्त बातम्या सांगणारे चहाडखोर लोक मोठेपणी निपजत नसत. सार्वजनिक जेवण हे अर्थातच जाडेभरडे असे. एकदा डायोनिशिअस हा राजा तेथे जेवायला आला होता. त्याला ते जेवण बिलकूल आवडले नाही. तेव्हा तेथील आचारी म्हणाला, "आपल्याला हे जेवण आवडले नाही, यात आश्चर्य नाही; कारण याला मसाला घातलेला नाही." त्यावर डायोनिशिअसने विचारले, "मसाला कसला?" तेव्हा तो आचारी म्हणाला: "धावणे, घाम काढणे, मेहनत करणे व भूक आणि तहान यांचा मसाला याला लागत असतो. हा मसाला असला म्हणजे पाहिजे ते अन्न गोड लागते."

चांगले लोक आयत्या वेळी तयार होत नसतात. लहान मुलांमधून चांगले लोक निर्माण करून घ्यावे लागतात ही गोष्ट लक्षात आणून लायकर्गस याने लहान मुलांच्या शिक्षणाकडे विशेष लक्ष पोहोचविले होते. लायकर्गसच्या कायद्यामध्ये स्वदेशालाच काय ते प्राधान्य होते. सर्व काही जे करायचे ते स्वदेशासाठी, अशी एकंदर विचारांची दिशा असल्यामुळे आपल्या देशातील मुले हीसुद्धा फक्त स्वदेशाकरिता आहेत असे लायकर्गस मानीत असे. प्रत्येक मूल उत्पन्न झाले म्हणजे त्याच्या ज्ञातीतील वयोवृद्ध लोक त्याला पाहण्याकरिता येत असत आणि त्यांना जर तो मुलगा चांगल्या बांध्याचा, सशक्त आणि मजबूत आहे असे आढळून आले, तर त्याचे नीट रीतीने संगोपन करण्याविषयी ते आज्ञा करीत; परंतु ते मूल जर नाजूक आणि अशक्त आहे असे त्यांना वाटले व त्या मुलाचा पुढे सशक्त आणि निरोगी पुरुष बनणार नाही असे

त्यांचे मत झाले, तर ते मूल फेकून देण्याविषयी ते हुकूम करीत. अशा रीतीने पहिली निवड करून त्यातून निवडून काढलेली मुले मोठी झाल्यावर त्यांना खाण्यापिण्याची वगैरे कोणत्याही तऱ्हेची खोड राहू नये, अशी व्यवस्था करण्यात येत असे. लहान मुलांनी चिरचिर करता कामा नये व काही झाले तरी चिरडीस जाता कामा नये किंवा रडता कामा नये, अशाच तऱ्हेचे त्यांना वळण लावण्यात येत असे. एकटे असताना किंवा काळोखामध्ये भीती वाटू नये अशासाठी लहान मुलांना त्या त्या गोष्टींची सवय करविण्यात येत असे. लहान मुलांच्या पायांत घालण्याला जोडे वगैरे काही एक मिळत नसत. अंगात राकटपणा येण्यासाठी ती नेहमी अनवाणीच चालत असत. रात्री निजण्याला त्यांना मऊ अंथरुणे नव्हती. त्यांना उघड्यावर कोठेतरी निजण्याचा अभ्यास करावा लागत असे. उन्हाळ्याकरिता मलमल आणि हिवाळ्याकरिता बनाती, असला ऐशआरामाचा प्रकार त्या स्पार्टातील लहान मुलांना कधीही माहीत नव्हता. सर्व ऋतूंमध्ये त्यांच्या अंगावर एकसारखाच कपडा असे. त्यामुळे ती स्पार्टा देशातील मुले उन्हाळा आणि हिवाळा यांची सारखीच पर्वा बाळगीत असत. अशा रीतीने वाढून मुले सुमारे सात वर्षांची झाली म्हणजे त्यांना शाळेत घालण्यात येत असे व त्या ठिकाणी सर्वांना एकसारखे शिक्षण देण्यात येत असे. सर्व मुले ही स्वदेशाकरिता आहेत अशी कल्पना असल्यामुळे आपल्या मुलांना निरनिराळ्या प्रकारचे शिक्षण देण्याचा अधिकार त्यांच्या आईबापांकडे न ठेविता सर्व मुलांना एकाच तऱ्हेचे शिक्षण देण्याविषयी लायकर्गसने योजना केली होती. त्याच्या सर्व शिक्षणातील मुख्य भाग म्हटला म्हणजे मुलांना हुकूम पाळण्याला शिकवणे हा होता. त्यांचा वेळ निष्कारण भाराभर पुस्तके वाचण्यामध्ये कधीही फुकट जात नसे. अवश्य तेवढाच काय तो विद्याभ्यास ते करीत असत. त्यांच्या सर्व शिक्षणाचा कल हुकूम पाळणे, येतील ती संकटे सहन करणे आणि लढाईमध्ये जय मिळविणे, या गोष्टींकडे असे. अशा रीतीने स्पार्टामधील लहान मुलांमध्ये राकटपणा, दणकटपणा आणि सोशिकपणा उत्पन्न करण्याचा क्रम नेहमी चालू असे.

स्पार्टन लोकांमध्ये या लहान मुलांसंबंधाने एक विलक्षण प्रकारची चाल असे. स्पार्टन लोकांप्रमाणे सद्‌गुणाची योग्यता दुसरे कोणीही मानीत नसतील. सद्‌गुण हा त्यांना परमपूज्य होता. हे जरी खरे आहे, तरी त्यांनी आपल्या मुलांना लहान चोऱ्या करण्याला परवानगी दिली होती. सद्‌गुणाची प्रशंसा आणि चोरीची परवानगी या दोन गोष्टी सकृद्दर्शनी अगदी परस्परविरुद्ध दिसतात; परंतु स्पार्टन मुलांच्या चोऱ्या करण्याची परवानगी चोर बनविण्यासाठी दिलेली नव्हती. लढाईच्या प्रसंगी लागणारा चपळपणा, धीटपणा वगैरे गुण त्या मुलांचे अंगात येण्यासाठी त्यांना ही गोष्ट करण्याची परवानगी असे. इतकेच नव्हे तर तसे त्यांनी केलेच पाहिजे असेही हुकूम करण्यात येत असत. ही चोरी मात्र नावाची असे. ती चोरी द्रव्य चोरण्यासाठी

नव्हती, तर गुण संपादण्यासाठी होती. कोणाच्या नकळत एखाद्या बागेमध्ये जावे आणि तेथील फळे तोडून आणावी अशा प्रकारच्या निरुपद्रवीपणाच्या त्या चोऱ्या असत. अशा चोऱ्या करताना जर कोणी मुलगा पकडला गेला, तर मात्र दुसऱ्याच्या हातून निसटून जाण्याइतका चपळपणा त्याच्या अंगी अजून आला नाही म्हणून - चोरी केली म्हणून नव्हे - त्याला शिक्षा देण्यात येत असे. अशी एक गोष्ट सांगतात की, एकाने एक कोल्ह्याचे पिलू चोरले आणि ते त्याने आपल्या डगल्याच्या आतमध्ये दडविले. तेव्हा तो कोल्हा त्याचे पोट फाडून आतील आतडीही खाऊ लागला व अखेरीस त्या योगाने तो इसम मेलाही; परंतु आपण कोल्हा चोरला आहे असे त्याने उघडकीस येऊ दिले नाही. सहनशीलपणाची स्पार्टन लोकांच्या अंगची शक्ती अशा प्रकारच्या पराकाष्ठेला जाऊन पोहोचली होती. असल्या चोऱ्या करण्याबद्दल लोकांची संमती आणि कायद्याची परवानगी पूर्णपणे होती व त्यातील हेतू स्पार्टन मुलांना धार्ष्ट्य, साहस, चपळपणा, चाणाक्षपणा, वगैरे गुण अवगत व्हावे, हा होता. अशा प्रकारची चोरी म्हणजे चोरी नव्हे, ही कल्पना आपल्याकडील अशाच प्रकारच्या कृत्यांशी तिकडील चोऱ्यांची तुलना केली असता चांगल्या रीतीने मनात बिंबेल. आपल्यामध्येही शिमग्याच्या महिन्यात अशा प्रकारच्या गोष्टी करण्याची पूर्वीच्या पद्धतीप्रमाणे मोकळीक आहे; परंतु शिमग्यातील चोरी करणाराला चोर म्हणून आपण कोणीही समजत नाही ही गोष्ट आपल्या सर्वांच्या अनुभवाची आहे. तसाच प्रकार स्पार्टन लोकांच्या या चालीसंबंधाने असला पाहिजे. आपल्यातील शिमग्यामधील ही चाल वाईट आहे म्हणून अलीकडे कित्येकांची ओरड चालली आहे व त्या चालीकडे केवळ चोरी या दृष्टीने आपण जोपर्यंत पाहतो आहो तोपर्यंत ती चाल वाईट असेच आपण म्हणू. अशाच प्रकारच्या स्पार्टन लोकांच्या एका चालीमध्ये त्यांचा काही विशेष हेतू होता, असे जर आज आपल्याला स्पष्ट दिसून येत आहे, तर तसलाच काहीतरी हेतू आपल्याही या चालीमध्ये आपल्या पूर्वजांनी ठेविला असला पाहिजे व आपल्याला केवळ चोर बनविण्यासाठीच त्यांनी ही चाल प्रचारात आणिली नसावी, असे अनुमान केले असता ते कोणालाही मान्य होईल यात शंका नाही. स्पार्टन मुलांच्या अंगातील सहनशक्ती कसोटीला लावण्याचा एक विशेष प्रसंग असे. डायना या नावाच्या देवीची जत्रा भरत असे. त्या वेळी आपले आईबाप आणि नगरातील इतर लोक एकत्र जमले असता त्यांच्या समक्ष स्पार्टन मुलांच्या अंगावर चाबकाचे फटकारे ओढण्यात येत असत व त्या योगाने त्यांच्या अंगातून कधीकधी रक्तही वाहू लागत असे. तरी पण त्या मुलांचा रडण्याचा स्वर किंवा नुसता सुस्काराही कोणाला कधी ऐकू येत नसे व एखादे प्रसंगी आपली मुले डगमगू लागली तर प्रत्यक्ष त्यांचे आईबाप त्यांना धीर न सोडण्याविषयी उत्तेजन देत असत. अशा रीतीने तयार झालेल्या मुलांचेच पुढे

अत्यंत शूर शिपाई बनण्याला काय अडचण आहे?

अशा बाल्यावस्थेच्या शिक्षणातून तयार झालेल्या स्पार्टन लोकांना स्वदेशभक्ती आणि सार्वजनिक हित यातच आपले सर्व काही आहे, असे वाटणे स्वाभाविक होते. आपण आपल्या स्वत:करिता नाहीतर मग आपल्या देशाकरिता आहो, ही कल्पना त्यांच्या हाडामासामध्ये अगदी खिळून गेली होती. त्यामुळे जेथे आपल्या देशाचे कल्याण, तेथे आपले स्वत:चे कितीही अकल्याण झाले, तरी त्याचा त्यांना बिलकूल खेद वाटत नसे. आपल्या इकडे शुष्काशुष्कीच्या, म्युनिसिपालिटीच्या, कौन्सिलच्या वगैरे निवडणुकीसाठी स्वार्थपरायण लोकांची किती धडपड चाललेली असते, हे आपण पाहतो. पिडॅरेटस या नावाचा एक स्पार्टन अशाच प्रकारच्या एका निवडणुकीसाठी उमेदवार म्हणून उभा राहिला होता. तीनशे लोकांची स्पार्टामध्ये एक मोठी सभा असे. त्यातील एका जागेसाठी पिडॅरेटस हा उमेदवार होता; परंतु त्यात त्याला यश आले नाही. तेव्हा 'आपण निवडून आलो नाही याबद्दल मला अत्यंत अभिमान वाटत आहे.' अशा रीतीने सर्व लोकांच्या मनाची प्रवृत्ती झालेली असल्यामुळे तेथे कोणत्याही प्रकारच्या दुर्गुणांना जागाच उरली नव्हती व जिकडेतिकडे सद्गुणीच लोक पसरलेले असल्यामुळे त्यांचे उदाहरण पाहून पुढील लोकही सद्गुणीच निपजत. हा आपल्या लोकांचा सद्गुणीपणा इतर देशांतील दुर्गुणी लोकांच्या संसर्गापासून दूर राखण्याकरिता स्पार्टन लोकांनी परदेशामध्ये प्रवासाला जाऊ नये असा लायकर्गसने प्रतिबंध करून ठेवला होता. त्याचप्रमाणे परकीय देशातील वाईट चालीच्या आणि निरुद्योगी लोकांना तो स्पार्टामध्येही कधी येऊ देत नसे. कारण हल्लीच्या कित्येक मतांपेक्षा त्याचे मत भिन्न असल्यामुळे तो असे म्हणे की, आपल्या शहरामध्ये प्लेग वगैरेसारखे स्पर्शजन्य रोग येऊ न देण्याला जितके प्रयत्न केले जातात, त्याच्यापेक्षा बदमाशपणाच्या आणि हलकटपणाच्या चालीरीती आपल्या शहरामध्ये येऊ न देण्याविषयी जास्त प्रयत्न करणे हे फार जरुरीचे आहे. अशा रीतीने दुसऱ्याच्या दुर्गुणांचा वारा न लागण्याविषयी पूर्ण काळजी घेऊन स्पार्टामध्ये सद्गुणांची वाढ केली जात होती आणि हे सर्व सद्गुण संपादन करून त्यांचा उपयोग स्पार्टन लोक शत्रूंना जिंकण्याचे कामी करीत असत. लढाई हाच त्यांच्या जन्माचा व्यवसाय होता आणि शस्त्रावाचून त्यांचा एकही क्षण जात नसे. ते आपल्या शहरामध्ये राहत असोत किंवा एखादा शत्रू पादाक्रांत करण्याच्या मोहिमेवर गेलेले असोत, त्यांच्या आयुष्यक्रमातील नियमांचा कडवटपणा दोन्ही ठिकाणी सारखाच असे. त्यांचे लढाईचे मुख्य नियम म्हटले म्हणजे हे होते की, शत्रूचे सैन्य आपल्यापेक्षा कितीही मोठे असले तरी रणभूमीवरून पळून यायचे नाही, शत्रूला आपली पाठ दाखवायची नाही; आपल्या सेनापतीने ज्या ठिकाणचे संरक्षण करण्याला सांगितले असेल तेथून एक पाऊलभरही मागे सरायचे नाही आणि

आपली शस्त्रे कधीही शत्रूंच्या स्वाधीन करायची नाहीत. सारांश, लढाईमध्ये मरायचे किंवा मारायचे याशिवाय तिसरी गोष्ट त्यांना माहीत नव्हती. अशी गोष्ट सांगतात की, एकदा आर्किलोकस नावाचा एक कवी स्पार्टामध्ये आला होता. त्याने 'आपण लढाईमध्ये मरण्यापेक्षा आपले हत्यार खाली ठेवून शत्रूला शरण जाणे फार चांगले', असे मत आपल्या एका कवितेमध्ये प्रतिपादन केल्याची बातमी स्पार्टन लोकांना लागताच त्यांनी त्याला आपल्या शहरातून ताबडतोब हाकलून लाविले. हा वीरश्रीचा बाणेदारपणा फक्त स्पार्टन पुरुषांमध्येच होता असे नाही तर तो बायकांमध्येही पूर्णपणे बिंबला होता. स्पार्टन मुलगा लढाईला जायला निघाला म्हणजे त्याची आई त्याला उपदेश करीत असे की, 'तू जय मिळवून घरी ये किंवा मरून तरी घरी ये; परंतु लढाईतून पळून घरी येऊ नकोस.' एका आईचा मुलगा लढाईत पडलेला ऐकल्यानंतर ती दु:ख वगैरे काही एक न करिता शांतपणाने म्हणाली की, 'मी आपल्या मुलाला याचकरिता जन्म दिला होता. दुसरा त्याचा काय उपयोग आहे?' एका लढाईमध्ये स्पार्टन लोकांकडचे पुष्कळ लोक मेले, तेव्हा त्या मेलेल्या शिपायांच्या आईबापांना इतका आनंद झाला की, आपल्या मुलांनी आपले कर्तव्यकर्म केले, याबद्दल त्यांनी एकमेकांचे अभिनंदन केले व परमेश्वराची प्रार्थना केली. असले लोक, असले शिपाई, असले मुलगे आणि असल्या आया ज्या शहरामध्ये आहेत, त्या शहराला तटबंदीच्या भिंती असण्याचे काय कारण आहे? स्पार्टा शहराचा हाच कोट होता. याशिवाय दुसरा कोट ख्रिस्ती शकापूर्वीच्या चौथ्या शतकापर्यंत स्पार्टा शहराला माहीत नव्हता. अशा प्रकारचे लायकर्गसचे कायदे होते आणि त्या कायद्यांनी स्पार्टन लोकांसारखे लोक जगापुढे बनवून दाखविले आहेत.

कोणी एका तत्त्ववेत्त्याने असे म्हटले आहे की, 'मला एखाद्या मनुष्याचे स्नेही कोण कोण आहेत हे सांगा, म्हणजे मी त्या मनुष्याचा स्वभाव कसा आहे हे बरोबर सांगतो.' जसे लोकांचे स्नेही त्यांच्या अंगच्या गुणावगुणांचे दर्शक आहेत, त्याचप्रमाणे कायदेही लोकांच्या अंगच्या गुणावगुणांचे दर्शक आहेत. जसे कायदे असतील तसे लोक बनतात. कायदे हे एक प्रकारचे साचे आहेत आणि मनुष्य हा एक प्रकारचा मातीचा गोळा आहे. मातीच्या गोळ्याला ज्या साच्यात घालावे, त्याचप्रमाणे त्याला आकार येतो. तीच गोष्ट कायद्यांची आहे. लायकर्गसने स्पार्टन लोकांना चांगल्या साच्यात घातले म्हणून ते शूर लोक बनले. एखाद्या स्वार्थसाधू कायदेवाल्याने त्यांना आपमतलबी साच्यामध्ये घातले असते तर तेच स्पार्टन लोक भित्रे, नेभळे, मेषपात्र, कमकुवत, कुचकामाचे, टाकाऊ, नादान, पाजी, चहाडखोर, धनलोभी, कृतघ्न, नास्तिक, दास्यप्रिय आणि देशद्रोहीही झाले नसते काय?

■

रॉबर्ट एमेट याचा
शतसांवत्सरिक उत्सव

परिचय

देशभक्ती हीच मनुष्याच्या अंत:करणातली श्रेष्ठ देवता होय अशी शिवरामपंतांची निष्ठा होती. या निष्ठेमुळे त्यांना जगात जिथे जिथे आपल्या प्राणांची पर्वा न करिता पारतंत्र्याविरुद्ध झगडा करणारे देशभक्त आढळले, तिथे तिथे त्यांनी मोठ्या आदराने आपले मस्तक विनम्र केले आहे. या निबंधात फाशी जाण्यापूर्वीचे ज्या देशभक्ताचे तेजस्वी भाषण त्यांनी अनुवादित केले आहे त्याचे नावसुद्धा आपल्याला ठाऊक असण्याचा संभव नाही. पण भोवताली पसरलेल्या विशाल जीवनातून कवी जसा सौंदर्य निवडून घेतो, त्याप्रमाणे शिवरामपंतांनी निरनिराळ्या देशांतल्या लहानथोर देशभक्तांची चरित्रे मोठ्या मार्मिकतेने मराठीत आणली आहेत. 'गावी संतचरित्रे' हा जुन्या काळातल्या कवींचा बाणा होता. शिवरामपंतांचे ध्येय 'गावी वीरचरित्रे' हे आहे. काळातल्या निवडक निबंधांच्या सातव्या भागात 'वुल्फटोन' या देशभक्ताचे चरित्र त्यांनी तन्मयतेने वर्णन केले आहे. या लेखाचा आरंभ हा शिवरामपंतांच्या विशिष्ट शैलीचा एक उत्कृष्ट नमुना आहे. या लेखाचा पहिला परिच्छेदच कसा आहे तो पाहा- 'देशद्रोही लोकांनो, तुम्ही हे वुल्फटोनचे चरित्र वाचू नका; कारण यापासून स्वदेशद्रोह कसा करावा हे तुम्हाला यत्किंचितही समजणार नाही. सरकारी सेवकजनहो, तुम्ही हे वाचू नका; कारण सरकारची खुशामत कशी करावी याबद्दल यात एक अक्षरही नाही. आपसात भांडणाऱ्या लोकांनो, तुम्ही हे वाचू नका; कारण तुमच्या धंद्याला उपयोगी पडण्यासारखे ज्ञानभांडार यात नाही. हे कूपमंडूकहो,

तुमच्याकरिता हे चरित्र नव्हे; कारण यामध्ये कल्पनांचा संकुचितपणा नाही. त्याप्रमाणे हे अज्ञानातच गोडी मानणाऱ्या लोकांनो, धर्माच्या आणि समाजरूढीच्या खोट्या कल्पनांनी बद्ध झालेल्या लोकांनो, म्युनिसिपालिट्या, कायदेकौन्सिले व पार्लमेंट यामधून सभासद पाठवून आपले डोके वर काढू पाहणाऱ्या भ्रमिष्ट लोकांनो, स्वदेश अत्यंत निकृष्टावस्थेला जाऊन पोहोचला तरी आपला पिढीजात मूर्खपणा न सोडता अत्यंत निंद्य व्यसनांमध्ये निमग्न होणाऱ्या लोकांनो, तापलेल्या तव्यावर उभे केले असताही बर्फाप्रमाणे थंडगार असणाऱ्या लोकांनो आणि अतिशय खोल तुटलेल्या कड्याच्या काठावरही नाना प्रकारची चैन करणाऱ्या लोकांनो, हे चरित्र तुमच्याकरिता नव्हे; कारण तुमच्या चरितार्थाच्या ज्या विद्या आहेत त्या वुल्फटोनला काहीच अवगत नव्हत्या.'

या चरित्रलेखाचा शेवटही तितकाच परिणामकारक आहे. चरित्रनायक म्हणतो : 'तुम्ही कशाही रीतीने वागविले तरी मला स्वत:ला त्याचे सुखदुःख काहीच नाही. तुम्ही मला काय शिक्षा देणार हे मी जाणून आहे; परंतु त्याच्याविरुद्ध कुरकुर करणे किंवा त्याच्यासाठी तुमच्या हातापाया पडणे, ही गोष्ट मी तुच्छ मानतो. अशी गोष्ट मी कधीही करणार नाही. ग्रेट ब्रिटन आणि माझा देश यांच्यामध्ये जो घातक संबंध जडलेला आहे, तो तोडून टाकण्याच्या उद्देशाने मी जे काही बोललो असेन, लिहिले असेल किंवा केले असेल, ते सर्व मी जाणूनबुजून केले आहे. ते मी पूर्ण विचाराने केले आहे. तसेच केले पाहिजे असे माझे मत आहे आणि तसे केल्याबद्दल आपल्या कोर्टाचे जे काही शासन असेल, ते भोगण्याला मी तयार आहे. तुमचे जे कर्तव्यकर्म असेल ते तुम्ही करा आणि माझे जे कर्तव्यकर्म आहे ते करण्याला मीही कधी मागे सरणार नाही!'

इतके भाषण केल्यानंतर वुल्फटोनने कोर्टाला अशी विनंती केली की, 'मी शिपाई आहे. याकरिता शिपायाप्रमाणे मला गोळी घालून तुम्ही मारा. एखाद्या गुन्हेगाराप्रमाणे मला फाशी देऊन माझा जीव घेऊ नका.' परंतु ब्रिटिश न्यायाच्या नियमाप्रमाणे तसे करण्यात आले नाही व अखेरीस शिक्षा सांगितल्यापासून अठ्ठेचाळीस तासांच्या आत वुल्फटोनला फाशी देण्याचा हुकूम झाला. गोळी घालून मारण्याची आपली विनंती कोर्ट मान्य करीत नाही, असे ठरल्यावर

रात्री वुल्फटोनने आपल्याकडे कोणी पाहत नाही अशी संधी साधून चाकूने आपल्या गळ्याची एक शीर कापून घेतली. नोव्हेंबरच्या दहा तारखेला वुल्फटोनची चौकशी झाली व अकराव्या तारखेच्या रात्री वर दिलेली गोष्ट घडून आली. तारीख बारा रोजी ॲडव्होकेट क्यूरन यांनी किंग्ज बेंच कोर्टात अशी तक्रार केली की, लष्करी कोर्टामध्ये वुल्फटोनची चौकशी झाली हा अन्याय होय. सबब त्या कोर्टाचा हुकूम रद्द करून तो खटला सिव्हिल कोर्टात मागवून येथे त्याची चौकशी व्हावी; या कामी हुकूम देण्याला कोर्टाने उशीर केला तर ते कोर्ट आरोपीला फाशी देऊन टाकील. असा अर्ज झाल्याबरोबर वुल्फटोनला सोडवून आणण्याकरिता लष्करी बराकीमध्ये ताबडतोब जासूद पाठविण्यात आला; परंतु आमच्या लष्करी खात्यातील वरिष्ठ अधिकाऱ्यांचा हुकूम आल्यावाचून आम्ही त्याला सोडीत नाही असा परत निरोप आला. नंतर चीफ जस्टिस यांनी वुल्फटोनला असेल तेथून घेऊन येण्याविषयी शेरीफला अतिशय जरुरीचा हुकूम पाठविला. शेरीफने जाऊन शोध केला व अशी बातमी आणली की, वुल्फटोन याने आपल्या गळ्याची शीर कापून घेतली आहे, त्यामुळे त्याला आणता येणे शक्य नाही. यानंतर त्याला फाशी देऊ नये, असा चीफ जस्टिसने हुकूम पाठविला. पुढे सात दिवसपर्यंत वुल्फटोन अंथरुणावर पडून होता व एकोणिसाव्या तारखेला त्याचे प्राणोत्क्रमण झाले. तो तुरुंगात असताना त्याच्याजवळ जाण्याची कोणालाही परवानगी नव्हती. त्याचे आप्त किंवा इष्टमित्र यापैकी कोणीही अंतकाळी त्याच्याजवळ नव्हते. त्या तुरुंगातील जेलर आणि त्यांचे नोकर हेच काय ते त्याच्याजवळ होते आणि त्याच्या दारापुढे पहारा करण्याकरिता फिरणाऱ्या संत्री शिपायाच्या पावलांशिवाय त्याला अंतकाळी दुसरा कशाचाही आवाज ऐकू येत नव्हता. अशी जरी स्थिती होती, तरी आपण आपल्या देशासाठी मरत आहो हे ज्ञान कायम होते आणि त्यामुळे शेवटपर्यंत त्याचे धैर्य न खचता सत्कृत्य केल्याच्या समाधानाने तो शांतपणाने हा लोक सोडून परलोकी गेला.

प्रस्तुत निबंधातले एमेटचे भाषण प्रत्येकाने मुखोद्‌गत करावे असेच आहे. आपल्याकडेही लोकमान्य टिळक, महात्मा गांधी आणि इतर अनेक देशभक्त यांनी शिक्षेपूर्वी केलेली भाषणे अशीच तेजस्वी आणि अमर आहेत.

आयरिश लोकांच्या राष्ट्रीय इतिहासामध्ये तारीख २० सप्टेंबर हा दिवस महत्त्वाचा आहे. देशभक्त आयरिश लोक त्या दिवसाला अतिशय पवित्र मानतात. हा दिवस आयर्लंडवर प्रत्येक वर्षातून एकदा उगवतो व त्या प्रत्येक वर्षी आयरिश लोक हा दिवस उत्सवात घालवितातच; परंतु यंदा हा सप्टेंबरचा विसावा दिवस हा आयरिश लोकांना महत्त्वाचा होता. १९०३ सालच्या सप्टेंबर महिन्याच्या विसाव्या तारखेला आयरिश लोकांनी फारच मोठा उत्सव केला. हा दिवस आयरिश लोकांना इतका पूज्य आणि प्रिय होण्याचे कारण असे की, त्यांच्यापैकी प्रसिद्ध देशभक्त रॉबर्ट एमेट हा त्या दिवशी आपली जन्मभूमी सोडून परलोकवासी झाला. ही शोकजनक गोष्ट इ.स. १८०३ सालच्या सप्टेंबर महिन्याच्या विसाव्या तारखेला घडून आली असल्यामुळे यंदा या गोष्टीला बरोबर शंभर वर्षे झाली. म्हणजे यंदाचा उत्सव हा शतसांवत्सरिक असल्यामुळे तो आयर्लंडमधील लोकांकडून फारच आनंदाने साजरा करण्यात आला. हे उत्सव अनेक ठिकाणी करण्यात आले. स्कॉटलंडमध्येसुद्धा हे उत्सव झाले. त्यापैकी एका ग्लासगो शहरामध्येच या उत्सवाकरिता वीस हजार लोक जमले होते असे तिकडील हकिकतीवरून कळते. या उत्सवामध्ये एक जंगी मिरवणूक काढण्यात आली होती. या मिरवणुकीत रॉबर्ट एमेट जसा पोशाख करीत असे, तसा पोशाख करून दोन प्रमुख पुढारी घोड्यावर बसून अग्रभागी चालले होते. मिरवणुकीचा कार्यभाग संपल्यानंतर भरलेल्या सभेपुढे कित्येक ठराव पास झाले. पैकी एका ठरावामध्ये असा स्पष्ट उल्लेख करण्यात आला होता की, आयर्लंडची स्वतंत्रता आणि आयरिश लोकांचा उत्कर्ष या ज्या दोन पवित्र गोष्टी, त्या घडवून आणण्यासाठीच जो एमेट जन्मास आला होता व ज्यासाठीच तो मरणही पावला, त्या एमेटचे जे हेतू होते तेच आमचे आयरिश लोकांचे हल्लीचे हेतू आहेत व त्यासाठी आपण प्रयत्न करणे जरूर आहे. सदर प्रसंगी मि. ओडोनेल या प्रसिद्ध आयरिश वक्त्याचे एक सुरस भाषण झाले. त्यातही त्यांनी हेच तत्त्व प्रतिपादन केले की, शंभर वर्षांच्या पूर्वी रॉबर्ट एमेट याने जे कृत्य हाती घेतले होते तेच कृत्य आपल्याला तडीस न्यायचे आहे. त्याने हाती धरलेल्या कामात अपयश आले असे कित्येकांचे म्हणणे आहे, पण त्याला अगदीच अपयश आले असे नाही. त्याच्या कृत्यांनी आज आपल्याला स्फूर्ती होत आहे, हे काही थोडे यश आहे असे नाही. अशा प्रकारांनी ज्या पुरुषाचे आयरिश लोक उत्सव करीत आहेत, ज्याच्याबद्दल आयरिश लोक अभिमान बाळगीत आहेत आणि शंभर वर्षांच्या अवधीनेही त्याच्याविषयीची पूज्यबुद्धी आयरिश लोकांच्या मनामध्ये यत्किंचितही कमी न होता उलट जास्तच वाढत चालली आहे, असा तो रॉबर्ट एमेट कोण होता आणि त्याने आपल्या देशासाठी काय केले, त्याने जिवंत असता स्वदेशाच्या स्वतंत्रतेसाठी काय काय

खटपटी केल्या आणि मरतेवेळी आपल्या देशाच्या कळकळीने त्याचे अंत:करण खवळून जाऊन अंतकाली त्याने काय काय उद्‌गार काढले, हे जाणण्याची इच्छा वाचकांच्या मनामध्ये उत्पन्न होणे अपरिहार्य आहे. यासाठी रॉबर्ट एमेट याचे संक्षिप्त चरित्र आणि त्याने सरतेशेवटी कोर्टामध्ये ज्युरीपुढे केलेले अत्युत्तम भाषण यांचा थोडक्यात गोषवारा खाली दिला आहे.

रॉबर्ट एमेट हा एक अतिशय प्रख्यात आयरिश देशभक्त होता. याचा जन्म इ.स. १७७८ मध्ये झाला. याच्या बापाचा धंदा वैद्यकीचा असून, तो फार प्रख्यात आणि सन्मान्य होता. आयर्लंडमध्ये 'युनायटेड आयरिश मेन' या नावाची जी संस्था स्थापन झालेली होती, तिचे आयर्लंडमध्ये राज्यक्रांती घडवून आणण्याविषयीचे गुप्त बेत ज्या वेळी चालले होते, त्या सुमारास रॉबर्ट एमेट याचा ट्रिनिटी कॉलेजमध्ये नुकताच प्रवेश झाला होता. त्या कॉलेजमध्ये इतिहास विषयाचा वादविवाद करण्याकरिता म्हणून काही विद्यार्थ्यांनी एक सभा काढली होती. तीमध्ये एमेट हा फारच प्रख्यातीस आला. अमेरिकेत स्वातंत्र्याकरिता नुकतीच झालेली लढाई आणि फ्रान्समध्ये त्या सुमारासच लोकांच्या स्वातंत्र्याकरिता चालू असलेल्या राज्यक्रांतीच्या चळवळी यामुळे तेथील विद्यार्थ्यांची मने फारच क्षुब्ध होऊन गेलेली होती व एमेटचे विचार तर इतक्या पराकाष्ठेला जाऊन पोहोचले होते की, त्याच्या कित्येक मित्रांसह एमेटला त्या वेळी कॉलेजमधून बाहेर घालवून देण्यात आले होते. त्याची वक्तृत्वशक्ती फारच विलक्षण होती. इसवी सन १७९८ साली आयर्लंडमध्ये जी राज्यक्रांतीची चळवळ झाली, त्यात एमेटचे काहीतरी अंग असले पाहिजे असा संशय सरकारला आलेला होता. त्यामुळे तो फ्रान्समध्ये काही दिवस जाऊन राहिला. आयर्लंडमध्ये त्रस्त झालेले लोक व तेथून पळून गेलेले पुष्कळ लोक फ्रान्समध्ये जाऊन राहिलेले होते. त्यांची व एमेटची गाठ पडली व तेथून एमेट आपल्या देशाच्या पुनरुज्जीवनासाठी इ.स. १८०२ मध्ये प्रयत्न करू लागला. आयर्लंडमधील लोकांची मने फारच खवळली होती. त्यातून आयर्लंड हे इंग्लंडशी सामील केल्यामुळे तर तेथील लोकांचा संताप अगदी पराकाष्ठेला जाऊन पोहोचला होता. ही संधी राजकीय खटपटींना फारच चांगली होती आणि त्याच सुमारास इंग्लंड व फ्रान्स यांच्यामध्ये लढाई सुरू होणार अशी चोहोकडे दाट बातमी पसरल्यामुळे तर फ्रान्समध्ये येऊन राहिलेल्या आयरिश देशभक्तांचा आनंद गगनात मावेनासा झाला. त्या वेळी नेपोलियन बोनापार्ट हा फ्रान्स देशाचा फर्स्ट कॉन्सल होता. त्याची रॉबर्ट एमेट याने जाऊन समक्ष गाठ घेतली. तेव्हा थोडक्याच दिवसांत इंग्लंडवर स्वारी करण्याचा आपला निश्चय कायम झाला आहे, असे नेपोलियनने त्याला सांगितले. नेपोलियनपासून असे आश्वासन मिळाल्यानंतर एमेट हा इ.स. १८०२

च्या ऑक्टोबर महिन्यात आयर्लंडमध्ये परत आला व डब्लिन शहरामध्ये गुप्तपणाने राहून तो नवीन राज्यक्रांतीची खटपट करू लागला. तो निरनिराळी नावे सांगत असे आणि जेणेकरून आपले प्रयत्न गुप्त राहतील असे सर्व उपाय तो योजीत असे. पूर्वीच्या राज्यक्रांतीच्या खटपटीच्या वेळचे लोक शिल्लक होते ते त्याने एकत्र जमविले व पुष्कळ पैसा जमा करून आपल्या अनुयायांकरिता हत्यारे आणि दारूगोळा तयार करविण्याची सुरुवात त्याने केली. पूर्वसंकेताप्रमाणे इ.स. १८०३ च्या मे महिन्यात इंग्लंड आणि फ्रान्स यांच्यामध्ये लढाई सुरू झाली, तेव्हा तर एमेटला मुळीच स्वस्थ राहवेना. डब्लिन शहरामध्ये ठिकठिकाणी हत्यारे तयार करण्याचे जे गुप्त कारखाने त्याने सुरू केले होते तेथे तो वरच्यावर जाई, तेथील कामगारांना उत्तेजन देई आणि कधीकधी त्यांच्याबरोबर स्वत: काम करण्यालाही लागे. अशा रीतीची जारीने तयारी चालली असता जुलै महिन्यातील एके दिवशी एमेटने सुरू केलेल्या कारखान्यांपैकी एके ठिकाणी एकाएकी दारूचा भडका होऊन मोठा आवाज झाला. त्यावरून सरकारला संशय येऊन चौकशी सुरू झाली. तेव्हा आता आपण जास्त दिवस स्वस्थ बसलो तर आपले प्रयोग फुकट जातील असे वाटून आपला बेत लवकरच सिद्धीस नेण्याचा एमेटने निश्चय केला व जुलै महिन्याची तेविसावी तारीख हा बंडाचा दिवस ठरवून तो त्याने आपल्या सर्व अनुयायांना कळविला. या वेळी एमेट एका हत्यारांच्या कारखान्यातच एखाद्या चटईवर पडून थोडा वेळ झोप घेत असे व त्याने तयार करविलेली हत्यारे त्याच्या सभोवती जागृत असत. अशा स्थितीत तेविसावी तारीख आली; परंतु त्या तारखेला यश आले नाही! एमेटने जे लोक बोलविले होते त्यापैकी फारच थोडे हजर झाले होते आणि त्या लोकांच्या हातून विशेष काही झाले नाही व सुमारे एक तासाच्या आतमध्येच ते सर्व पळून गेले. अशा रीतीने सर्व आशा निष्फळ झाल्या. तेव्हापासून रॉबर्ट कोठे तरी दडून राहून दिवस काढीत होता; परंतु त्याला पकडण्याकरिता गुप्त हेर चोहोकडे फिरत हाते. अखेरीस ऑगस्ट महिन्याच्या २५ व्या तारखेला रॉबर्ट एमेट हा पकडला गेला. सप्टेंबरच्या १९ व्या तारखेला त्याची चौकशी सुरू झाली. त्या वेळी त्याने आपल्या बाजूने काहीएक पुरावा दिला नाही. ज्युरीतील लोकांना बसल्या जागेवरून उठून विचार करण्याकरिता आत जाण्याचीही गरज पडली नाही. त्यांनी हा अपराधी आहे असा आपला अभिप्राय तेथल्या तेथेच दिला. 'नंतर तुला मरणाची शिक्षा का देऊ नये, याच्याविषयी तुझे काही म्हणणे असेल तर सांग.' असे विचारल्यावरून रॉबर्ट एमेट याने पुढील भाषण केले :-

मला जी मरणाची शिक्षा झालेली आहे ती मला का होऊ नये याच्याबद्दल माझे काही म्हणणे असेल तर ते मी तुमच्यापुढे मांडावे म्हणून तुम्ही मला सांगितले

आहे; परंतु तुमचा जो आधीच निश्चय झालेला आहे तो ज्याच्या योगाने बदलता येईल, असे माझ्यापाशी बोलण्यासारखे काहीच नाही; परंतु माझ्या प्राणापेक्षाही जास्त प्रियकर असे जे माझे नाव, त्या नावाला डाग न लागावा यासाठी मला काही बोलायचे आहे. तुम्ही ज्या न्यायासनावर बसला आहा त्या न्यायासनावर असताना माझ्या बोलण्यापासून तुमच्या मनावर काही परिणाम होईल अशी मला बिलकूल आशा नाही; परंतु माझे बोलणे माझ्या योग्य देशबांधवांच्या कानांपर्यंत जाऊन पोहोचावे यासाठीच मी येथे ते बोलून दाखवीत आहे. महाराज, मनुष्य मरून जातो. पण त्याची आठवण मागे राहते! माझी ती आठवण माझ्या देशबांधवांच्या आदराला पात्र होऊन मागे राहावी, यासाठीच माझे वर्तन निर्दोष कसे आहे हे मी याप्रसंगी सिद्ध करून देण्याचा प्रयत्न करीत आहे. जेव्हा माझा आत्मा येथल्यापेक्षा अत्यंत जास्त सुखकर अशा ठिकाणी जाईल आणि ज्यांनी आपल्या देशाच्या आणि सद्गुणाच्या संरक्षणाकरिता सुळावर किंवा समरांगणामध्ये आपले रक्त खर्ची घातले आहे अशा प्रकारच्या वीर पुरुषांच्या आत्म्यांच्या समुदायामध्ये जेव्हा माझा आत्मा जाऊन बसेल तेव्हा माझी स्मृती आणि माझे नाव यांच्या योगाने माझ्यामागे जे कोणी जिवंत राहिले असतील त्यांना स्फुरण यावे ही माझी इच्छा आहे.

आयर्लंडवर हल्ली जे राजे राज्य करीत आहेत, ते अत्यंत श्रेष्ठ असा जो परमेश्वर, त्याच्या निंदेने आपले तोंड प्रत्यही विटाळून घेऊन येथील लोकांवर आपले राज्य चालवीत आहेत. अरण्यातील पशूंना जसे वागवावे त्याप्रमाणे ते तेथील माणसांना वागवीत आहेत, भावाभावांमध्ये कलह उत्पन्न करून देत आहेत आणि एका इसमास आपल्याच देशातील दुसऱ्याचा गळा कापण्याला प्रवृत्त करीत आहेत. त्यांनी केलेल्या विधवांचे आणि पोरक्या पोरांचे आक्रोश प्रत्यही एकसारखे चालले असताही त्यांच्या मनाला द्रव येत नाही इतके ते क्रूर झाले आहेत. अशा रीतीने नीतिभ्रष्ट झालेल्या राजांचे आयर्लंडवरील राज्य लयाला जावे अशी माझी इच्छा आहे. माझ्यापूर्वी जे देशभक्त मारले गेले त्यांच्या रक्ताची शपथ घेऊन, तसेच ज्या परमेश्वराच्या सिंहासनासमोर मला आता लवकर जाऊन उभे राहायचे आहे, त्याची शपथ घेऊन, त्या सर्वशक्तिमान परमेश्वराला स्मरून मी असे सांगतो की, माझ्या देशावर जो राक्षसी जुलूम आज कित्येक वर्षांपर्यंत चालला आहे, त्या जुलमापासून आपल्या देशाला मुक्त करावे याच्यापेक्षा दुसरा कोणताही हेतू माझ्या मनामध्ये नाही आणि याप्रसंगी जरी माझा प्रयत्न फसला, तरी हे अत्यंत उदात्त साहसाचे कार्य करण्याला आयरिश लोकांमध्ये अजून पुष्कळ सामर्थ्य आहे हे सर्वांना खात्रीने सांगतो. सरकारला एक क्षणभर भीती दाखविण्यासाठी मी असे म्हणतो असे आपण समजू नका. जिवंत असताना ज्याच्या तोंडून एकही खोटे अक्षर बाहेर पडले नाही, तो मी अशा माझ्या अंतकाळच्या प्रसंगी आणि माझ्या देशाच्या स्वतंत्रतेसारख्या

विषयासंबंधाने आपल्या भावी पिढीला काहीतरी अन्यथा सांगून आपल्या सत्यपणाच्या ब्रीदाला कलंक लावून घेईन असे आपण कधीही समजू नका. माझा देश स्वतंत्र झाल्यावाचून माझ्या थडग्यावर कोणीही माझा मृत्युलेख लिहू नये अशी जी माझी इच्छा आहे, ती मी माझ्या शत्रूच्या हातात असत्येबद्दल मला नावे ठेवण्याचे साधन देईन असे कधीही व्हायचे नाही. (या ठिकाणी कोर्टाने बोलण्याला प्रतिबंध केल्यावरून एमेट जजांना उद्देशून पुढीलप्रमाणे म्हणाला :-) महाराज, आपण अधिकारावर आरूढ झालेले आहा म्हणून कोणाला आपले कौतुक वाटत असेल तर वाटो; परंतु मला तर आपण असल्या दुःस्थितीमध्ये सापडल्याबद्दल अतिशय खेदच वाटत आहे. मी जे येथे बोलत आहे ते आपल्याकरिता नव्हेच. माझे शब्द माझ्या देशबांधवांकरिता आहेत. येथे जर कोणी खरा आयरिशमन हजर असेल तर जेव्हा जेव्हा त्याच्यावर काही संकटे येतील तेव्हा तेव्हा हे माझे शेवटले शब्द त्याचे अंतःकरण उल्हासाने परिपूरित करोत. (येथे फिरून प्रतिबंध करण्यात आला व जज लॉर्ड नॉरबरी यांनी 'मी येथे राजद्रोह ऐकण्याकरिता बसलो नाही' असे सांगितले. त्यावर एमेट म्हणाला :-) कायद्याची शिक्षा सांगणे हे जसे न्यायाधीशाचे काम आहे, तसेच आरोपीचे म्हणणे शांतपणे ऐकून घेणे आणि त्याच्याशी ममताळूपणाने बोलणे हेही त्यांचे एक काम आहे असे मी समजतो. तसेच, ज्याला आरोपी म्हणून म्हणण्यात येत आहे तो कोणत्या हेतूने आपले कृत्य करण्याला प्रवृत्त झाला होता हे समजून घेणे हेसुद्धा न्यायाधीशांचे एक काम आहे. पण तसे येथे काहीच दिसत नाही. तुमच्या संस्थानच्या स्वतंत्रपणाविषयी तुम्ही ज्या एवढ्या फुशारक्या मारीत आहात ती स्वतंत्रता आहे कोठे? तुमच्या न्यायाच्या कोर्टातून निःपक्षपात, दया आणि ममताळूपणा, वगैरे गोष्टी असतात म्हणून तुम्ही बढाई मारता त्या कोठे आहेत? तुम्ही मला न्यायाने शिक्षा देत नसून राजकीय धोरण मला शिक्षा देत आहे. तरी पण ते काही असले तरी फाशी देण्यासाठी ज्याला तुम्ही आपल्या मारेकऱ्यांच्या हवाली करीत आहात त्याने, ज्याला तुम्ही गुन्हा म्हणता आहा ती गोष्ट कोणत्या हेतूने केली याच्याविषयी खुलासा करण्याला जर तुम्ही त्याला संधी दिली नाही तर मग तुमची फुशारकी व्यर्थ नव्हे काय? सुळावर चढविण्याच्या अपमानाला मला पात्र केल्याने आपली क्षुब्ध झालेली न्यायदेवता संतुष्ट होईल असे कदाचित तुम्हाला वाटत असेल, पण तुम्ही ज्याला अपमान म्हणता तो मला अपमान म्हणून मुळीच वाटत नाही. फाशी जाणे हा मी अपमान समजत नाही; परंतु या कोर्टामध्ये माझ्याविरुद्ध जे कित्येक खोटे आरोप करण्यात आले आहे ते मात्र मला अपमानकारक वाटत आहेत. महाराज, सांप्रत तुम्ही न्यायाधीश आहा आणि मी तुमच्या समजुतीप्रमाणे गुन्हेगार आहे. पण वास्तविक पाहिले असता मी एक मनुष्य आहे आणि तसलेच तुम्हीही एक मनुष्य आहा. पण जर कालचक्र फिरले असते, तर कदाचित तुम्ही

आहात तेथे मी आलो असतो आणि मी आहे तेथे तुम्ही आला असता, अशा आपण जागा बदलल्या असत्या. पण जागा बदलल्या तरी मनुष्य आपले स्वभाव बदलू शकत नाही. जर या कोर्टात उभा राहून मी खरोखर निष्कलंक आहे असे सिद्ध करून देण्याची तुम्ही मला संधी दिली नाही तर मग तुम्ही न्याय कसला करता? ही न्यायाची थट्टा आहे. तुम्ही मला मरणाची शिक्षा दिली आहे, माझ्या जिभेला गप्प बसण्याची शिक्षा दिली नाही किंवा माझ्या कीर्तीला डागळून जाण्याची शिक्षा दिलेली नाही. मला परमेश्वराने जे आयुष्य दिलेले आहे त्याचा तुमचा मारेकरी मध्येच तुकडा पाडो; परंतु जोपर्यंत मी जिवंत आहे, तोपर्यंत माझी कीर्ती निष्कलंक राहण्याविषयी प्रयत्न केल्यावाचून मी कधीही राहणार नाही. मला आयुष्यापेक्षा निर्मळ कीर्तीच प्रियकर आहे आणि मी मेल्यानंतर ती कीर्तीच माझ्यापाठीमागे उरणार आहे. त्या कीर्तीला तुम्ही जे डाग पाडू पाहत आहा ते धुऊन काढण्याला मी आपल्या उरलेल्या आयुष्याचा उपयोग केल्यावाचून कधीही राहणार नाही. महाराज, आपण सगळी माणसे आहो. म्हणून केव्हा तरी एके दिवशी परमेश्वराच्या न्यायाच्या कोर्टात आपण सगळेजण एकत्र जमू आणि त्या वेळी कोणाचे अंत:करण शुद्ध होते आणि कोणाची कृत्ये अत्यंत सद्गुणाची होती - माझी होती किंवा माझ्या देशावर जुलूम करणारांची होती - याबद्दल निर्णय तो सर्वसाक्षी परमेश्वर करील. (येथे फिरून प्रतिबंध करण्यात आला. त्या वेळी एमेटने याप्रमाणे उत्तर केले :) काही क्षुद्र नफ्याचा हेतू मनामध्ये धरून मी आपल्या देशाची स्वतंत्रता नष्ट करून टाकीत होतो, अशा प्रकारचा आरोप मजवर ठेवून तुम्ही माझा अपमान केला आहे, त्याचे क्षालन करण्याची मला तुम्ही संधी दिली पाहिजे. मृत्यूची शिक्षा का देऊ नये याच्याबद्दल तुम्ही मला कारण विचारले. असा प्रश्न विचारावा असे कायद्याने सांगितले आहे, म्हणून तुम्ही हा प्रश्न मला विचारला हे मी जाणतो. पण असा प्रश्न विचारल्यानंतर त्याचा जबाब देण्याचा हक्क कायद्याने मला दिलेला आहे आणि त्या कायद्याने दिलेल्या माझ्या हक्काला जर फाटा द्यायचा, तर मग माझ्या चौकशीचा हा जो सगळा तमाशा करण्यात आला त्याची तरी काय गरज? कारण ज्युरी एकत्र जमण्यापूर्वीच मला काय शिक्षा द्यायची हे दुसरीकडे ठरलेले होते. (यानंतर कोर्टाने बोलण्याची परवानगी दिल्यावरून एमेट पुढे म्हणाला :)

मी फ्रान्सचा गुप्त हेर आहे, असा तुम्ही मजवर आरोप ठेवला आहे. फ्रान्सचा गुप्त हेर आणि तो कशाकरिता? मी आपल्या देशाचे स्वातंत्र्य विकणार होतो असे म्हणता, पण मी असे का करीन? माझी ही महत्त्वाकांक्षा आहे काय? नाही. मी फ्रान्सचा गुप्त हेर नाही. माझ्या देशाला गुलामगिरीच्या बंधनातून सोडवणारे जे कोणी असतील त्यांच्या वर्गामध्ये माझी गणना व्हावी ही माझी महत्त्वाकांक्षा होती. त्या कृत्यापासून मिळणारा फायदा किंवा हाती येणारी सत्ता ही मला नको

होती; परंतु हे कृत्य मी केले एवढे माझे नाव झाले म्हणजे मला बस्स होते. मी आपल्या देशाचे स्वातंत्र्य फ्रान्सला विकणार! आणि त्यापासून काय फायदा? आमच्या छातीवर नाचणारे एक जाऊन दुसरे यावे अशी माझी महत्त्वाकांक्षा होती? आणि माझा खासगी फायदा व्हावा एवढीच जर माझी इच्छा असती, तर माझी विद्वत्ता, माझी संपत्ती आणि माझे उच्च कुल यांच्या योगाने तुमच्यापैकी आज जो आयर्लंडवर अतिशय जुलूम करीत आहे, त्याच्या इतक्या मोठ्या योग्यतेची जागा मलाही मिळविता आली असती. पण माझी ती इच्छाच नव्हती. माझा देश हेच काय ते माझे सर्वस्व. माझे व्यक्तिशः जे काही होते किंवा जे काही मला प्रिय होते, ते सर्व मी त्यापायी खर्ची घालीत आहे. महाराज, परकीय लोकांच्या जुलमाच्या जोखडापासून आणि कुऱ्हाडीच्या दांड्याप्रमाणे जे आपल्याच गोताला काळ झालेले आहेत अशा प्रकारच्या कित्येक आयरिश लोकांपासून आपल्या देशाला स्वतंत्र करावे या हेतूनेच मी हा प्रयत्न करीत होतो. हा जो आपल्या देशाला दुहेरी फास बसला आहे, त्या भयंकर फासापासून त्याचा गळा मोकळा करावा हीच माझ्या अंतःकरणाची इच्छा होती. सगळ्या जगामध्ये अतिशय उच्च आणि स्पृहणीय अशा स्वतंत्रतेच्या सिंहासनावर आपल्या देशाला नेऊन बसवावे ही माझी महत्त्वाकांक्षा होती. मी या कामी फ्रान्सशी संबंध ठेवला होता हे खरे; पण तो कशासाठी? आमच्या स्वतंत्रतेसाठी! ती मिळविण्याच्या कामी फ्रान्स आम्हाला मदत करणार होते. आयरिश लोकांच्या इच्छेविरुद्ध आणि त्यांनी न बोलवता फ्रेंच लोक आयर्लंडवर स्वारी करण्याकरिता शत्रू म्हणून आले असते तर माझ्या अंगात जितकी म्हणून शक्ती आहे तितकी सगळी खर्च करून मीच त्यांना प्रतिबंध केला असता. माझ्या देशबांधवांनो, एका हातात तलवारी आणि दुसऱ्या हातात मशाली घेऊन फ्रेंच लोक आपल्या किनाऱ्यावर उतरत असता तुम्ही त्यास जाळा, पोळा, मारा असा मीच तुम्हाला उपदेश केला असता. त्यांनी माझ्या देशाची जमीन आपल्या पायांनी विटाळण्याच्या पूर्वीच त्यांच्या बोटीमध्येच त्यांना जाळून टाकण्याविषयी मी देशबांधवांना चेव आणला असता व इतकेही करून जर ते किनाऱ्यावर उतरलेच असते, तर आयर्लंडच्या जमिनीच्या प्रत्येक इंचावर मी त्यांना अडथळा केला असता. तेथील प्रत्येक गवताची काडी मी जाळून टाकली असती आणि माझा प्राण जाईपर्यंत मी आपल्या देशाची स्वतंत्रता त्यांच्या हाती जाऊ दिली नसती आणि शिवाय मी मरताना माझ्या देशाची स्वतंत्रता फ्रेंचांपासून कायम राखण्याची गोष्ट माझ्या हातून शेवटास गेली नसती, तर ती शेवटास नेण्याबद्दल मी आपल्या बाकीच्या देशबांधवांना माझी शेवटची विनंती म्हणून सांगितली असती. कारण, परकीय लोकांनी आपला देश जिंकून ताब्यात ठेवला असता त्या ठिकाणी जिवंत राहणे यात काही अर्थ

नाही, अशी माझी मनोदेवता मला सांगते. फ्रान्स हा शत्रू म्हणून मी त्याला आपल्या घरात घेत नव्हतो. आयरिश लोकांना गुलामगिरीचा तिटकारा आला आहे आणि आपल्या देशाचे स्वातंत्र्य स्थापित करण्याला ते उद्युक्त झाले आहेत असे जगाला दाखवून, वॉशिंग्टनने अमेरिकेकरिता जे केले ते आपण आपल्या देशाकरिता फ्रान्सच्या मदतीने करावे अशी माझी इच्छा होती. आयर्लंडचे जुने जुलमी राजे घालवून देण्यासाठी हा माझा प्रयत्न होता, नवीन बोलावण्यासाठी नव्हता. दुसरे एक माझ्याविरुद्ध असे म्हणणे आहे की, तुम्ही जुलूम करणारे आणि आम्ही जुलमाने गांजलेले; तुमच्या यांच्या दरम्यान हे जे भयंकर असे युद्ध माजले आहे त्यामध्ये जो काही रक्तपात होईल त्या सगळ्या रक्ताची जबाबदारी देवाच्या घरी माझ्या डोक्यावर राहील. पण हे म्हणणे खोटे आहे. मी आपल्या आयुष्यामध्ये जे जे काही केलेले आहे, त्याबद्दल जाब देण्याकरिता त्या सर्वसाक्षी न्यायाधीशापुढे जाण्याला मला बिलकूल भीती वाटत नाही आणि त्या भीतीचा बाऊ मला तुम्ही दाखविणार? या तुमच्या न्यायाधीशाच्या कामात तुमच्याकडून अनेक निरपराधी लोकांचे रक्त सांडले आहे, ते जर सगळे एकत्र गोळा करता आले असते तर महाराज तुम्हाला ज्यामध्ये स्वैर रीतीने पोहता येईल इतके मोठे तळे त्या रक्ताने भरले असते, याचा आपण विचार करा. सबब माझ्यावर अपमानकारक आरोप घालून मी मेल्यानंतर माझ्या नावाला कोणीही कलंक लावण्याचा प्रयत्न करू नये. हल्ली आमच्यावर जे राजे जुलूम करीत आहेत, त्यांच्या जुलमाचा मी ज्या कारणासाठी प्रतिकार करीत आहे त्याच कारणासाठी मी नवीन परकीय राजांसही आपल्यावर जुलूम करण्याकरिता आपल्या घरात घेणार नाही, हे लक्षात बाळगून कोणीही माझ्यावर भलभलते आरोप करू नयेत. कोणी परकीय जुलमी राजा जर माझ्या देशावर चाल करून येत असता तर स्वदेशाच्या स्वतंत्रतेचे संरक्षण करण्याकरिता मी आपल्या देशाच्या उंबरठ्यावर उभा राहून त्याच्याशी लढलो असतो आणि माझ्या प्रेतावर पाय दिल्यावाचून त्या शत्रूला माझ्या देशामध्ये प्रवेशच करता आला नसता. जो मी आजपर्यंत आपल्या देशासाठीच जिवंत राहिलो होतो, आपल्या देशासाठीच हा देह थडग्यामध्ये पुरून घेण्याला जो मी आज तयार झालो आहे आणि माझ्या देशबंधूंना त्यांचे राजकीय हक्क मिळवून देण्याकरिता जुलमी आणि मत्सरी राज्यकर्त्यांच्या द्वेषाला ज्या मी आपल्या स्वत:ला पात्र करून घेतले तो मी असले स्वदेशद्रोहाचे काम करीन काय? नाही परमेश्वरा, माझ्या हातून अशी गोष्ट कधीही घडू देऊ नकोस! (या ठिकाणी लॉर्ड नॉरबरी हे असे म्हणाले की, तुझे उच्च कुल आणि तुझी विद्वत्ता यांना असले विचार आणि असले शब्द फार लाजिरवाणे आहेत आणि तुझा बाप जर आज जिवंत असता तर त्याला ही तुझी असली मते कधीही

पसंत पडली नसती. यावर एमेटने पुढे लिहिल्याप्रमाणे उत्तर दिले :-) मेलेल्या माणसांच्या आत्म्याचा या जगाशी मेल्यावर काय संबंध उरत असेल आणि मरणाच्या पूर्वी त्यांना या क्षणभंगुर संसारामध्ये जी माणसे प्रियकर वाटत होती त्यांच्या सुखदुःखाची काळजी परलोकामध्येही जर त्यांना वाटत असेल तर, हे माझ्या मृत झालेल्या बापाच्या प्रियकर आणि पूज्य आत्म्या, तू या आपल्या मृत्युलोकाच्या काठावर उभ्या राहिलेल्या मुलाच्या वर्तनाकडे नीट न्याहाळून पाहा आणि मी लहान होतो त्या वेळी बाबा, तुम्ही मला सद्गुण आणि स्वदेशाभिमान यांची जी तत्त्वे शिकविली त्यांच्यापासून मी कधी एक क्षणभर तरी ढळलो आहे की काय ते मला सांगा. असो. महाराज, माझा जीव घेण्याविषयी तुम्ही फार उतावीळ झालेले आहा व त्यासाठी तुम्ही माझ्याभोवती ही अनेक कृत्रिम साधने निर्माण केली आहेत; परंतु यांच्या भीतीने माझे रक्त गोठून गेलेले नाही. ते अजून कढत असून, माझ्या शरीरातील शिरांमधून ते स्वैरपणे संचार करीत आहे. परमेश्वराने जे रक्त माझ्या अंगामध्ये फार मोठमोठी कृत्ये करण्याकरिता घातले होते; परंतु तुम्ही ते अत्यंत नीच हेतूने व्यर्थ दवडून टाकीत आहा व या तुमच्या कृत्याबद्दल ते माझे रक्त परमेश्वरापाशी नेहमी आक्रोश करीत राहील. तुम्हाला घाई झाली आहे खरी; पण तुम्ही थोडा वेळ थांबा. मला आणखी चार शब्द सांगायचे आहेत. माझे आयुष्य संपले. माझा प्राणरूपी दिवा अगदी जाण्याच्या बेतात आला आहे. मी आता आपल्या थडग्याच्या काठावर उभा आहे. थडगे मला गिळण्याकरिता आ पसरील आणि मी त्याच्या तोंडामध्ये उडी टाकीन, अशा वेळी मला एकच विनंती करायची आहे आणि ती ही की, कोणीही मनुष्याने माझ्या थडग्यावरील मृत्युलेख लिहू नये. कारण ज्यांना माझे खरे हेतू माहीत आहेत त्यांना ते जगापुढे व्यक्त करून दाखविण्याची ही योग्य वेळ वाटत नाही आणि माझ्याबद्दल उगीच भलत्याच लोकांनी भलतेच काहीतरी लिहून ठेवण्यात काही हशील नाही. त्यापेक्षा त्यांनी आणि मी दोघांनीही योग्य वेळ येईपर्यंत अज्ञातवासामध्ये स्वस्थ पडून राहणे हेच उत्तम होय. माझे खरे हेतू व्यक्त करण्याचे दिवस आणि करणारी माणसे ही येईपर्यंत माझी स्मृती तुम्ही सर्वजण विसरून जा आणि माझ्या थडग्याच्या दगडावर तुम्ही कोणी काहीही लिहू नका. पृथ्वीच्या पाठीवरील स्वतंत्र राष्ट्रांच्या वर्गामध्ये माझा देश ज्या दिवशी जाऊन बसेल, त्या दिवशी माझ्या थडग्याच्या दगडावरील लेख लिहा, तोपर्यंत लिहू नका.

इतके बोलून एमेटने आपले भाषण संपविले. या भाषणाची आयरिश लोकांमध्ये फारच ख्याती झालेली आहे व सर्व आयरिश लोक एमेटला आपल्यापैकी अतिशय श्रेष्ठ देशभक्त म्हणून मानतात. एमेटला फाशी देऊन त्याचे शिर धडापासून

निराळे कापून सरकारचे शिपाई घेऊन गेले. हे कृत्य पाहण्याकरिता पुष्कळ आयरिश लोक जमले होते व ते पाहत असता हा आपल्यासाठी मरण पावला असे मनात आणून सर्व लोक एकसारखे रडत होते व ज्या ठिकाणी एमेटचे रक्त सांडले होते त्या ठिकाणी येऊन सर्व अबालवृद्धांनी या उत्कृष्ट देशभक्ताचे स्मरण राहण्याकरिता त्याच्या रक्तामध्ये आपले हातरुमाल भिजवून घेतले. हल्ली पृथ्वीच्या पाठीवर जेथे जेथे म्हणून आयरिश लोक आहेत तेथे तेथे त्यांच्या अंत:करणातून एमेटचे नाव आहेच. मात्र त्याच्या थडग्याच्या दगडावरील मृत्युलेख अजून लिहिला जाण्याची वेळ येत नाही म्हणून सर्वांच्या डोळ्यांतून या गोष्टीची आठवण झाली म्हणजे खळखळ पाणी येते. हा एमेटचा मृत्युलेख म्हणजे चाणक्याची शेंडीच होय. असले करारी आणि देशभक्त पुरुष कोणत्याही देशाला भूषणास्पद होत.

■

www.ingramcontent.com/pod-product-compliance
Lightning Source LLC
LaVergne TN
LVHW020005230825
819400LV00033B/1011
* 9 7 8 8 1 7 1 6 1 6 5 6 5 *